ഗ്രീൻ ബുക്സ്

കടൽ വീട്

ഇന്ദുചൂഡൻ കിഴക്കേടം

കോട്ടയം ജില്ലയിൽ മണ്ണയ്ക്കനാട് സ്വദേശി.
വിദ്യാഭ്യാസം എം.എ.സി.എ.ഐ.ഐ.ബി.
ഫെഡറൽ ബാങ്കിൽ ഉദ്യോഗസ്ഥനായിരുന്നു.
ആനുകാലികങ്ങളിൽ കഥകൾ എഴുതുന്നു.
കഥകളും നോവലുകളുമായി നിരവധി രചനകൾ
പുസ്തകരൂപത്തിൽ പ്രസിദ്ധീകരിച്ചിട്ടുണ്ട്.
ഊണി, വയൽപ്പൂക്കളുടെ രാത്രി എന്നീ ലഘുചിത്രങ്ങൾക്ക്
തിരക്കഥയെഴുതി. കേരള യൂണിവേഴ്സിറ്റി
യുവജനോത്സവത്തിൽ കഥയ്ക്ക് സമ്മാനം.
പെരുമ്പാവൂരിനടുത്ത് കോടനാട്ട് താമസിക്കുന്നു.

കഥ

കടൽ വീട്

ഇന്ദുചൂഡൻ കിഴക്കേടം

ഗ്രീൻ ബുക്സ്

green books private limited
little road, ayyanthole, thrissur- 680 003
ph: 0487-2361038
website: www.greenbooksindia.com
e-mail: info@greenbooksindia.com

(malayalam)
katal veetu
(story)
by
induchoodan kizhakkedom

first published may 2016

cover design : rajesh chalode

printed in india
repro india ltd

branches:
thrissur 0487-2422515
palakkad 0491-2546162
kannur 0497-2763038
Thiruvananthapuram 9846670899

isbn : 978-81-8423-507-4

₹ 90.00

GBPL/762/2016

മുഖക്കുറി

കഥയെഴുത്തിന്റെ പരിചിതവഴികളിൽ
സഞ്ചരിക്കുമ്പോഴും അധികമാരും കാണാത്ത
ഒറ്റയാൻ പഥികന്റെ വഴിയോരക്കാഴ്ചകളാണ്
ഇന്ദുചൂഡന്റെ കഥകൾ. വിസ്മൃതിയിൽ മറയ്ക്കപ്പെട്ട
വിദൂരക്കാഴ്ചകൾ ഒരു ദൂരദർശിനിയിലെന്നപോലെ
സമീപദൃശ്യങ്ങളായി മാറ്റുന്ന കഥയെഴുത്തിന്റെ
രാസക്രിയ, സമീപഭൂതകാലങ്ങളുടെ
വിഭൂതികളെ ഗൃഹാതുരത്വത്തോടെ
നോക്കിക്കാണുന്ന എഴുത്തുകാരൻ,
സ്ത്രീയുടെ സഹനവും നൈർമല്യവും
ചാരുതയും നൈപുണ്യത്തോടെ വരച്ചുവെക്കുന്നു.

കൃഷ്ണദാസ്
മാനേജിങ് എഡിറ്റർ

കഥകൾ

അഭിമുഖം

അനാസക്തരുടെ നിലവിളി

ഡിസംബർ 19

ഭൂഗോളത്തിനു താഴെ ഒരു സ്റ്റൗ സിമ്മിലിട്ട് ആരോ വെച്ചിട്ടുണ്ട്. പകലിന് അതിന്റെ ചൂടേയുള്ളു. വരാന്തയിൽ കൂടുകൂട്ടാൻ വരാറുള്ള ചെറുപക്ഷികൾ ഇന്നുമെത്തിയിട്ടുണ്ട്. നെല്ലിയുടെ ഉണക്കനാരുകളും മുളയുടെ ഉണങ്ങിയ ഇലകളും കൂടുണ്ടാക്കാനുള്ള ശ്രമങ്ങളുടെ ഭാഗമായി തറയിൽ ചിതറിക്കിടപ്പുണ്ട്. പുസ്തകത്തിലെ അക്ഷരങ്ങൾ കണ്ണുകളും കടന്ന് തലച്ചോറിലേക്ക് ഒഴുകുന്നു.

* The hills were being carried by the clouds and the rain was polishing the rocks. Big boulders that were scattered over the hills. There was a streak of black in the grey granite, and that morning this dark basalt rock was being washed by the rain and was becoming blacker.

രാധ ടീപ്പോയ്മേൽ വച്ചിരുന്ന അവളുടെ ഡയറിയുടെ പഴയ താൾ അപു വെറുതെ വായിച്ചു നോക്കി. അയാൾക്കൊന്നും തോന്നിയില്ല. അത് ചുരുട്ടി വേസ്റ്റ് ബക്കറ്റിലിട്ട് അയാൾ അവളെ വിളിച്ചു.

ഫ്ളാറ്റിന്റെ ഒൻപതാംനിലയിലുള്ള അവരുടെ വീടിന്റെ സ്വീകരണമുറിയിലേക്ക് ചായക്കപ്പുമായി രാധ വന്നു. ചില്ലുജാലകങ്ങൾക്കപ്പുറം മേഘങ്ങൾ ദൃശ്യമായിരുന്നതിനാൽ രാധ അവയിൽ നിന്നാണ് ഇറങ്ങി വന്നതെന്ന് അയാൾക്കു തോന്നി.

ഇന്നലെ രാത്രി നഗരത്തിൽ തീവണ്ടിയിറങ്ങിയശേഷം പാചകം നാളെ തുടങ്ങിയാൽ മതിയെന്നയാൾ പ്രഖ്യാപിച്ചിരുന്നു. നഗരത്തെ പരിചയപ്പെടുത്താൻ ഹോട്ടലിൽ പാലക് പനീറും റൊട്ടിയുമാണയാൾ ഓർഡർ കൊടുത്തത്. രാധ അത് കഴിച്ചില്ല. അവൾക്കുവേണ്ടി സെൻട്രൽ പ്ലാസയിലെ റസ്റ്റോറന്റിൽ കയറി. ദക്ഷിണേന്ത്യൻ ഭക്ഷണം അവളെ ആശ്വസിപ്പിച്ചു. ബസ് സ്റ്റോപ്പിൽനിന്ന് ഫ്ളാറ്റിലേക്കുള്ള ചെറിയ ദൂരം പിന്നിടുന്നതിനിടെ രാത്രി ഒറ്റയ്ക്ക് നടന്നുപോകുന്ന പെൺകുട്ടിയെക്കണ്ട് രാധ അതിശയിച്ചു. ഇടവഴികളിൽ കയർക്കട്ടിലുകൾ സ്ഥാനം പിടിക്കുന്നതു കണ്ട് അവരുടെ കിടപ്പറകൾ ഒരുങ്ങുന്നത് കണ്ടോ എന്ന് രാധയോടയാൾ

തിരക്കി. യാത്രാക്ഷീണവുമായി, ഒരാഴ്ച മുൻപുമാത്രം തുടങ്ങിയ പരിചയത്തെപ്പറ്റി ഓർമ്മിച്ച്, ഫ്ളാറ്റിന്റെ പടിയിൽ വലതുകാൽ തൊടുവിക്കുമ്പോൾ സമയം പത്തര. രാത്രിയിൽ രാഹുകാലമില്ലല്ലോയെന്ന് രാധ സന്തോഷിച്ചു.

അവളുടെ കയ്യിൽ നിന്ന് ചായഗ്ലാസ് വാങ്ങി അയാളവളോട് പുറത്തുപോകാനായി ഒരുങ്ങാൻ പറഞ്ഞു.

നഗരത്തിലെ രാധയുടെ ആദ്യത്തെ പുലർച്ച. നിരത്തിലൂടെ പതുക്കെ നീങ്ങിക്കൊണ്ടിരുന്ന ഒരു ഫയർഫോഴ്സ് വണ്ടിയിലായിരുന്നു അവളുടെ നോട്ടം. വെള്ളിനേഴിയിലെ ഒരു ദിവസം എങ്ങനെയാണ് തുടങ്ങുകയെന്ന് അവൾ ഓർത്തുനോക്കി. നിരത്തിൽ പശുക്കളും കഴുതകളും വാഹനങ്ങൾക്കിടയിലൂടെ നടക്കുന്നതു നോക്കി അവൾ അത്ഭുതപ്പെട്ടു. കടകളുടെ മുൻവശം അശോകമരത്തിന്റെ ഇലകൾകൊണ്ടലങ്കരിക്കുന്നത് രാധ കൗതുകത്തോടെ നോക്കി നിന്നു.

നഗരം എങ്ങനെ?

റോഡിലെ മൃഗങ്ങളുടെ സ്വാതന്ത്ര്യം എനിക്കിഷ്ടമായി.

തന്റെ കണ്ടെത്തൽ സൂക്ഷ്മമായവതരിപ്പിച്ച് അവൾ നടന്നു.

നയാബസാറിലേക്കുള്ള യാത്രയ്ക്കിടയിൽ ആശ്രമം അയാളവൾക്ക് കാട്ടിക്കൊടുത്തു. അവൾ ഇമയടയ്ക്കാതെ ആശ്രമം നോക്കിയിരുന്നു. ബസാറിൽ ചുറ്റിത്തിരിയുമ്പോൾ ഒരു കൊച്ചു പെൺകുട്ടി അവരെ ശ്രദ്ധിച്ചിരുന്നു. അവളുടെ കൂടെ അച്ഛനുമമ്മയും അനുജനുമുണ്ട്. തിരിച്ചു പോരാൻ ബസ് സ്റ്റോപ്പിലെത്തുമ്പോഴും അതേ കുടുംബം. ബസ് സ്റ്റോപ്പിലെ കടയിൽ നിന്ന് അപു ഒരു സോഡ വാങ്ങി. കുപ്പി തുറക്കുമ്പോൾ സോഡ അയാളുടെ മുഖത്തേക്ക് ചീറ്റുന്നതു കണ്ട് പെൺകുട്ടി അറിയാതെ ചിരിച്ചുപോയി. ബസ്സിൽ അവർക്കുമുമ്പിലുള്ള സീറ്റിലായിരുന്നു ആ കുടുംബം. പെൺകുട്ടി അവളോട് ചോദിച്ചുവെങ്കിലും ചോദ്യത്തോടൊപ്പം അയാളെയും ശ്രദ്ധിച്ചു:

"ആപ് റെയിൽവെ സ്റ്റേഷൻ ജാത്താ ഹെ ക്യാ?"

അവളുടെ മറുപടിക്കു മുൻപുതന്നെ പെൺകുട്ടിയുടെ അച്ഛൻ അവളെ വിലക്കി:

"ഓ ഹമാരാ ആദ്മി നഹി ഹെ"

അതുകേട്ട് രാധയ്ക്ക് ജാള്യത തോന്നി. നടന്നുമറയുമ്പോൾ പെൺകുട്ടി കൈവീശിക്കാട്ടി, അവളും.

കാറെടുക്കാതെ പോന്നതുകൊണ്ടാണ് ഇത്തരം അനുഭവങ്ങൾ എന്നും അതവൾക്ക് ഇഷ്ടമാവുന്നുണ്ടെന്നും രാധ പറഞ്ഞുകൊണ്ടിരുന്നു.

വഴിയരികിൽ ഭേൽപൂരി കടകളിലെ ബഹളം. പലതരം പഴക്കഷ്ണങ്ങൾ അരിഞ്ഞിട്ട പ്ലേറ്റുമായി കച്ചവടക്കാർ ആൾക്കാരെ ക്ഷണിക്കുന്നു. ഇടവഴിയിലൂടെ നടക്കുന്നതിനിടെ ദീപാവലി ആഘോഷക്കാലത്തെപ്പറ്റി

അപു അവളോട് പറഞ്ഞു. അരസികമായി അയാൾ പറഞ്ഞത് മനസ്സിൽ അടുക്കിവെച്ച് അതിൽ നിന്ന് പുതിയൊരു ദൃശ്യം കാണാൻ അവൾ ശ്രമിച്ചു. ആളുകൾ പടക്കം കത്തിച്ച് വഴിയിലേക്കെറിയും. നിരത്തിലൂടെ നടക്കുമ്പോൾ നമുക്കു ചുറ്റും പടക്കങ്ങൾ പൊട്ടിക്കൊണ്ടിരിക്കും. ചക്രങ്ങൾ കറങ്ങിക്കൊണ്ടിരിക്കും. നമ്മുടെ മുൻപോട്ടുള്ള ചുവടുകളെ പൂത്തിരികൾ മറയ്ക്കും.

ഒരായിരം നീലശലഭങ്ങൾ നിരന്നിരുന്ന് ചിറകനക്കുന്നതുപോലെ തടാകം. തടാകക്കരയിലൂടെയുള്ള റോഡിലൂടെ അവർ ഫ്ളാറ്റിലേക്കു മടങ്ങി.

നിലവിളിപോലുള്ള സൈറൺ മുഴക്കി മറ്റൊരു ഫയർ എൻജിൻ പാഞ്ഞുപോയി.

ജനുവരി 16

എവിടെനിന്നോ മുറ്റത്തേക്കു വന്ന ആ മുയലിന് എന്തൊരു ഭംഗിയായിരുന്നു. ഭയലേശമില്ലാതെ അത് മുറ്റത്ത് ഓടിനടന്നു.

പൊഴിഞ്ഞുവീഴുന്ന മന്ദാരപ്പൂക്കൾ രുചിച്ചും നാലുപാടും പകച്ചു നോക്കിയും അതു മുറ്റത്തെ സജീവമാക്കി. അന്നേരമാണ് എനിക്ക് അടക്കാനാവാത്ത ചുമ വന്നത്. ഭയന്നുവിറച്ച്, ചുണ്ടുകളിൽനിന്ന് താഴെ വീണ മന്ദാരയിതൾ തിരിച്ചെടുക്കാൻ നിൽക്കാതെ അത് ഓടിപ്പോയി. എനിക്ക് എന്തെന്നില്ലാത്ത കുറ്റബോധം തോന്നി.

ടീപ്പോയിലിരുന്ന അവളുടെ ഡയറിയുടെ പഴയ പേജ് കണ്ട് അയാൾക്ക് ദേഷ്യം വന്നു. രാവിലെ ചായ കുടിക്കാനിരിക്കുമ്പോഴാണ് ഇത് പ്രത്യക്ഷപ്പെടുക. മിക്കതിലും കുമിഞ്ഞുകൂടിയ കുറ്റബോധം. അവളുടെ കുറിപ്പിലൂടെ മാത്രമേ പത്രത്തിലേക്കോ ചായയിലേക്കോ കടക്കാനാവൂ എന്ന നില. അപു രാധയെ വിളിച്ചു.

നോക്കൂ, എന്റെ സമയത്തിന് എത്ര വിലയുണ്ടെന്ന് നിനക്കറിയാമല്ലോ. രാത്രി നാലോ നാലരയോ മണിക്കൂർ ഉറങ്ങാൻ. രാവിലെ പത്രം നോക്കാനും കുളിക്കാനും പ്രഭാതഭക്ഷണത്തിനും എല്ലാമായി നാല്പതുമിനുട്ട്. ഇരുപതു മിനുട്ട് ഓഫീസിലെത്താൻ. രാത്രി 1.20ന് വന്ന് 6.40ന് ഞാൻ പുറപ്പെടുന്നത് നീ കാണാറുണ്ടല്ലോ. എനിക്ക് നിന്റെ കുറിപ്പുകൾ വായിക്കാൻ നേരമില്ല. ഒരു തെറ്റും ചെയ്യാതെ കുറ്റബോധം ചുമക്കുന്ന നിന്റെ പ്രൊജക്ടിനോടും എനിക്ക് യോജിപ്പില്ല.

അതും പറഞ്ഞ് അയാൾ കുളിമുറിയിലേക്ക് ഓടി. കൃത്യം 6.40നുതന്നെ അപു സ്ഥലം വിട്ടു. സമയം എങ്ങോട്ടും ഒഴുകിപ്പരക്കാതെ തളംകെട്ടുകയാണ്. അയാളോട് സംസാരിച്ചിരിക്കാൻ അവൾക്കു കഴിയുമായിരുന്നില്ല. നഗരത്തിലെ അതിവിപുലമായ ഒരു ഹോട്ടൽ ശൃംഖലയുടെ ഏറ്റവും പ്രധാനപ്പെട്ട ചുമതലകളിലൊന്നിലായിരുന്നു അയാൾ.

ഫ്ളാറ്റിന്റെ മട്ടുപ്പാവിൽനിന്ന് നഗരത്തെ നോക്കുമ്പോൾ അവൾക്ക് ഭീതി തോന്നി. ചുണ്ടിൽ ഒരു സഹാനയായി വെള്ളിനേഴി അവളിലേക്ക് കടന്നുവന്നു. കാതടപ്പിക്കുന്ന ആരവങ്ങൾക്കിടയിൽ നിന്ന് ഗ്രാമത്തിന്റെ ശാന്തതയെ പറ്റി ചിന്തിക്കുന്നത് പാഴ്‌വേലയാണ്.

ഇതിനു മുമ്പും അപു അവളെ കുറ്റപ്പെടുത്തിയിരുന്നു. ഒരു തെറ്റും ചെയ്യാതെ മുൾമുടിയേന്തുന്ന പരിപാടി എന്നാണയാൾ പറയുക. അറിഞ്ഞു കൊണ്ടുതന്നെ നിരവധി തെറ്റുകൾ അയാൾ ചെയ്യാറുണ്ടത്രെ.

ഈ ലോകം ക്രിമിനലുകളുടേതാണെന്നുവരെ അയാൾ പറഞ്ഞു. അപ്പോഴാണ് ഒരാൾ കാരണമേതുമില്ലാതെ എല്ലായ്പോഴും മുഖത്ത് വിഷാദം തേച്ചുപിടിപ്പിക്കുന്നത്. ഇങ്ങനെയെങ്കിൽ അടുത്ത വരവിൽ അവൾ വെള്ളിനേഴിയിൽ നിന്ന് മനയോല കൂടി കൊണ്ടുവരുമെന്ന് അയാൾ അല്പം ക്ഷോഭത്തോടെത്തന്നെയാണ് പറഞ്ഞു തീർത്തത്.

മുൻപരിചയങ്ങളേതുമില്ലാത്തവരുടെ ഒന്നിച്ചുള്ള ജീവിതത്തിൽ മനയോല വേണ്ടിവരുമെന്ന് അവൾക്കും തോന്നിത്തുടങ്ങിയിരുന്നു.

അന്നയാൾ അവളുടെ ശരീരത്തിലേക്ക് കടക്കാൻ ശ്രമിച്ചിരുന്നു. അവളുടെ പ്രതിരോധങ്ങൾ ഒരു തൂവലിനുപോലും മുറിച്ചു കടക്കാൻ തക്ക വിധം പേലവമായിരുന്നു. ആ ചെറുത്തുനിൽപ്പിലൂടെ സുരക്ഷിതയായിരിക്കാൻ അപു അവളെ അനുവദിച്ചില്ല. അവൾ വാവിട്ട് നിലവിളിച്ചുകൊണ്ടിരുന്നു.

പിറ്റേന്ന് അയാൾക്ക് ആഴ്ചയുടെ അവസാനത്തിലെ അവധിദിനമായിരുന്നു. രാധ ആശ്രമത്തിൽ അവളെ കൊണ്ടുപോകുമോ എന്നയാളോട് തിരക്കി. വിവാഹത്തിന്റെ മൂന്നാം ആഴ്ചയിൽ ആശ്രമത്തിൽ പോകുന്നതിനെപ്പറ്റി സംസാരിക്കുന്ന അവളോട് തനിക്ക് അകൽച്ച തോന്നിത്തുടങ്ങിയിട്ടുണ്ടെന്ന് അപു പറഞ്ഞത് കാറിലെ ഗ്ലാസിൽ തെളിഞ്ഞ അവളുടെ പ്രതിബിംബത്തിൽ പോലും നോക്കാതെയാണ്. ആശ്രമവും കടന്ന് കാർ നയാബസാറിലേക്കുതന്നെ പോയി. അവിടെ അവരുടെ ഹോട്ടൽ ശൃംഖലകളിലൊന്നിനു മുൻപിൽ അയാൾ കാർ നിർത്തി. പരിചാരകർ ശ്വാസമടക്കി നിന്ന ഇടനാഴികൾ പിന്നിട്ട് ഹോട്ടലിന്റെ വിശാലമായ ഡൈനിംഗ് ഹാളിൽ അയാളിരുന്നു. അഭിമുഖമായി അവൾ ഇരുന്നപ്പോൾത്തന്നെ പരിചാരകൻ അവൾക്കു വേണ്ടത് ഓർഡറെടുക്കാൻ രാധയ്ക്കുമുന്നിൽ തൂണായി. ഫ്രഷ്‌ലൈമിനും ബ്രഡ്ഡിനും ഓർഡർ കൊടുത്ത് അവൾ മുഖം കുനിച്ചിരുന്നു. അവളുടെ മൂക്കുത്തിയിലേക്ക് ഒരു തുള്ളി കണ്ണീർ വീണുചിതറി. അപുവിന് വേണ്ട സ്ഥിരം വിഭവങ്ങൾ കറുപ്പായും പച്ചയായും ചുവപ്പായും അയാളുടെ മുന്നിൽ നിരന്നു. തന്ത്രജ്ഞനായ ഒരു മേധാവിയുടെ അവധാനതയോടെ അയാൾ അവ ഓരോന്നിനെയും സമീപിക്കുകയും പ്ലേറ്റുകളിലെ പ്രശ്നങ്ങളൊക്കെയും പരിഹരിക്കുകയും ചെയ്തു.

തിരികെ പോരുമ്പോൾ രാധ പറഞ്ഞു, ഈ വിവാഹത്തിനു അവൾ സമ്മതിച്ചതുതന്നെ ഇവിടെ പ്രശസ്തമായ ഈ ആശ്രമമുണ്ടെന്ന്

കേട്ടിട്ടുള്ളതുകൊണ്ടാണെന്ന്. അയാളപ്പോൾ കാർ സ്റ്റീരിയോയുടെ ശബ്ദമുയർത്തുകയും കാതടപ്പിക്കുന്ന റോക്ക് സംഗീതത്തിൽ ആശ്രമ കവാടംവരെയെത്തിയ അവളുടെ സംസാരം മുറിഞ്ഞുപോവുകയും ചെയ്തു. ശബ്ദമൊടുങ്ങിയപ്പോൾ വളരെ സ്വരം താഴ്ത്തി അവൾ പറഞ്ഞു: വഴിയൊന്നുകൂടി പരിചയപ്പെടുത്തിത്തന്നാൽ മതി. തനിയെ എനിക്ക് എപ്പോൾ വേണമെങ്കിലും അവിടെ പോകാമല്ലോ.

രണ്ടു ദിവസം കഴിഞ്ഞ് അവൾ തേടിപ്പിടിച്ച് ആശ്രമത്തിൽ പോവുക തന്നെ ചെയ്തു. അവൾ മടങ്ങിവരുമ്പോൾ പതിവില്ലാതെ അയാൾ നേരത്തെ വന്നിരുന്നു. അപു രാധയുടെ ചുമലിൽ സ്പർശിച്ചു. നിർവ്യാജമായി അവളുടെ കണ്ണുകൾ അയാളുടെ വിരലുകളിലേക്ക് തുളുമ്പി. അയാളുടെ പിടി മുറുകി. ഫ്ളാറ്റിന്റെ ജനാലകളിലൂടെ പാറി നടന്ന കാറ്റിനെ അതിജീവിക്കാൻ അവളുടെ സ്വരം പണിപ്പെട്ടു: എനിക്ക് കഴിയാഞ്ഞിട്ടാണ്. മനുഷ്യരുടെ ദുരിതങ്ങൾ കണ്ടുവരുമ്പോൾ മുറിക്കുള്ളിൽ എനിക്കൊരുന്മാദവും തോന്നുന്നില്ല.

അയാളവളെ മെത്തയിലേക്ക് വലിച്ചിട്ടു. നേരത്തെ വന്നതിന്റെ ലക്ഷ്യം അവൾക്ക് മനസ്സിലാക്കിക്കൊടുത്ത് അയാൾ സോഫയിൽ വിശ്രമിച്ചു. അയാൾ സമയത്തെ അളന്നുമുറിക്കുന്നത് ഓരോ ഖണ്ഡങ്ങളിലും ഓരോ ലക്ഷ്യങ്ങൾ തിരുകി വെച്ചാണെന്ന് അവൾക്കറിയാം. പാഴാവുന്ന ഒരു സാൻഡ്‌വിച്ച് പോലുമില്ല. സ്വപ്നങ്ങൾ തിരുകിവെച്ച ബ്രഡ്ജാമുകളുമില്ല.

ഫിബ്രവരി 14

ഇന്ന് വീടിന്റെ കിഴക്കുവശത്തെ പുഴമണൽക്കൂമ്പാരത്തിന് താഴെ ശതാവരി വള്ളികൾക്കരികിൽ, അരണക്കുഞ്ഞുങ്ങൾ പതറുന്ന കാഴ്ച എന്നെ പിടിച്ചിരുത്തി. അവയുടെ ചുവന്ന കുഞ്ഞുവാലുകൾ നൂതനമായ ജന്മത്തിന്റെ ഭാരത്തിൽ വിറച്ചു കൊണ്ടിരുന്നു. കൈയിലിരുന്ന പുസ്തകം തുറന്നപ്പോഴാവട്ടെ, വിസ്മയിപ്പിക്കുന്ന മറ്റൊരു ഭാഗം.

* The day began rather cloudy and dull, and the naked trees were silent in the wood. Through the wood you could see crocuses, Daffodils and bright yellow forsythia. You looked at it all from a distance and it was a patch of yellow against a green lawn. As you come close to it you were blinded by the brightness of that yellow -which was God.

ഇന്ന് കിടപ്പുമുറിയുടെ മേശമേലാണ് അവളുടെ ചീന്തിയെടുത്ത ഡയറിത്താൾ. ഡയറിയുടെ ഉറവിടം കണ്ടെത്തണമെന്ന് അപു ഉറച്ചു. അത് നീക്കം ചെയ്ത് ഡയറിക്കുറിപ്പുകളുടെ പിൻതുടരൽ എന്ന പ്രശ്നത്തിന് അന്തിമമായ പ്രതിവിധി തേടണമെന്നും അയാൾ തീരുമാനിച്ചു.

വെളുത്ത ഓട്സും ചപ്പാത്തിയുമായി ഒരു രാത്രി. ചപ്പാത്തിക്ക് ഉള്ളി അരിയുമ്പോഴായതുകൊണ്ട് എന്താണവളുടെ കണ്ണ് നിറഞ്ഞതെന്ന് ചോദിക്കേണ്ടതില്ലല്ലോ എന്നയാൾ ആശ്വസിച്ചു.

വിവാഹ കാസറ്റിൽ ഏറിയപങ്കും നാളികേരപ്പാതിയിലും നിലവിളക്കിലുമൊക്കെയുണ്ടായിരുന്ന അഗ്നിയിലായിരുന്നു ക്യാമറക്കാരന്റെ ഫോക്കസിങ്. അന്നതേപ്പറ്റി അപു പറഞ്ഞപ്പോൾ അതിന് സ്നേഹത്തിന്റെ തീവ്രത എന്നർത്ഥമാക്കിയാൽപ്പോരേയെന്ന് അവൾ തന്നെ തിരക്കിയിരുന്നു. ഇന്നവൾക്ക് ക്യാമറയിലെ അഗ്നിയുടെ അർത്ഥം ദുർഗ്രഹമല്ല.

അയാളുടെ ഒരവധിദിവസമെന്നാൽ ബിസിനസ് പ്രസിദ്ധീകരണങ്ങളിൽ മുഖം പുഴ്ത്താനുള്ള ദിവസം എന്നാണ് മനസ്സിലാക്കേണ്ടത്. ബാക്കി നേരം നിലക്കാത്ത ഫോൺവിളികൾ. നിർദ്ദേശങ്ങൾ. അയാൾ ഉണർന്നിരിക്കുമ്പോൾ മുഴുവൻ ജോലി ചെയ്യുകയാണ്. വീട്ടിലായാലും റോഡിലായാലും അതങ്ങനെതന്നെ. എങ്ങോട്ട് തിരിഞ്ഞാലും ആകാശത്തെ മാത്രം സ്പർശിക്കാൻ കഴിയുന്ന ഒരു യുദ്ധവിമാനത്തിലാണ് താനെന്ന് ഫ്ളാറ്റിന്റെ ഒൻപതാം നിലയിലിരിക്കുമ്പോൾ അവൾക്ക് തോന്നി.

സിറ്റൗട്ടിലെ അഴയിൽ നിന്നും ഫ്ളാറ്റ് മുറ്റത്തിന്റെ അഗാധതയിലേക്ക് പാറിവീഴുന്ന ഉണക്കാനിട്ടിരിക്കുന്ന ഒരു വസ്ത്രമായി മാറണമെന്ന് ചിലപ്പോഴൊക്കെ അവൾ വിചാരിച്ചു.

വൈകിയെത്തിയ ഒരു രാത്രി അയാളവളെ തന്നിലേക്ക് ഷാൾകൊണ്ട് വലിച്ചടുപ്പിച്ചു. അയാളുടെ ശ്രമത്തിൽനിന്നും അവൾ ഒഴിഞ്ഞുമാറി. ക്ഷോഭം കുത്തിനിറച്ച ഒരു കതിനയായി അയാൾ പൊട്ടിച്ചിതറി.

എന്റെ അച്ഛൻ ബ്രഹ്മഗിരി നോക്കി ചിത്രം വര പഠിക്കുകയായിരുന്നില്ല. ആനത്താരികളിലും കാട്ടിക്കുളത്തും ത്രിശ്ശിലേരിയിലും തിരുനെല്ലിയിലുമൊക്കെ പോലീസിന്റെ പിടിയിൽപ്പെടാതെ ചിതറി ഓടുകയായിരുന്നു. റൊമാന്റിക്കാകാൻ എനിക്ക് നേരമില്ല. അച്ഛന് നഷ്ടപ്പെട്ടത് എനിക്ക് തിരിച്ചെടുക്കണം. ഈ വേഗത്തിലേക്കെത്താൻ നിനക്കാവുന്നില്ലെങ്കിൽ രാധേ നിനക്ക് വെള്ളിനേഴിയെപ്പറ്റി കൂടുതൽ ചിന്തിക്കാം. നൂറ് മൈൽ സ്പീഡിൽ ഞാനോടുമ്പോൾ നിന്റെ പത്തുമൈൽ എനിക്ക് സഹിക്കാവുന്നതിലും അപ്പുറമാണ്. നിന്നെ ഒരുറക്കത്തിൽ തലയിണകൊണ്ട് മുഖം മൂടി എനിക്ക് കൊല്ലാവുന്നതേയുള്ളു. എനിക്ക് ഭക്ഷണത്തിൽ വിഷം ചേർത്തുതന്ന് നിനക്ക് എന്നെയും തീർക്കാവുന്നതാണ്.

അവൾ കൈ ഉയർത്തി അയാളുടെ നെഞ്ചിൽ തൊട്ടു.

നിങ്ങൾ എന്നെയോ ഞാൻ നിങ്ങളെയോ- രണ്ടാമത്തെ സാധ്യതയെപ്പറ്റി ഭാവന കാണുന്നതിൽപോലും ഞാൻ തോറ്റുപോവുന്നു- കൊല്ലും മുൻപ് നമുക്ക് രണ്ടുവഴികളിൽ രക്ഷപ്പെടാം. നമ്മൾ തമ്മിൽ ഇത്തിരി ധാരണയെങ്കിലും ബാക്കിയുണ്ടെങ്കിൽ ഈയിടെ ഒരു യുവാവും യുവതിയും ചെയ്തതുപോലെ ബസ്സിറങ്ങി, ഷക്ഡ പിടിച്ച്, ബലിതർപ്പണത്തിന്റെ നദിക്കരയിൽച്ചെന്ന് നമുക്ക് ആത്മഹത്യ ചെയ്യുകയുമാവാം.

പിറ്റേന്ന് പതിവുസമയത്ത് അയാൾ പോയി. ഫ്ളാറ്റ് പൂട്ടി ഒറ്റയ്ക്ക് അവൾ പുറത്തിറങ്ങി. സെന്റർ സർക്കിളിൽവെച്ച് സേവനസംഘടനയുടെ പ്രവർത്തനവുമായി ബന്ധപ്പെട്ട് അവരുടെ വീട്ടിൽ വന്നിട്ടുള്ള ബി.കെ.

പട്ടേലിനെ കണ്ടു. അയാളും അവരുടെ ഫ്ളാറ്റിൽ തന്നെയാണ് താമസ മെന്നവൾക്കറിയാം. തിന്നുകൊണ്ടിരുന്ന ചോളക്കതിരുയർത്തി അയാൾ കൈവീശിക്കാട്ടി. നടക്കുമ്പോൾ അപു വെള്ളിനേഴിയിൽ തന്നെ കാണാൻ വന്ന ദിവസം അവളുടെ ഓർമയിലെത്തി. അവളുടെ കൈ പിടിച്ച് അപു വിന്റെ സഹോദരി അന്ന് പറഞ്ഞിരുന്നു– ഈ പരിസരവും ഇവിടുത്തെ ഞങ്ങൾ കാണാൻ വന്ന ആളും പരസ്പരം ലയിച്ചുചേർന്നതുപോലെ.

അപുവിന്റെ സഹോദരിക്കെങ്കിലും അത്തരം ഒരു വിചാരം ഉണ്ടായത് നന്നായി. ഒരു കൂടിക്കാഴ്ചയുടെ അഞ്ചു നിമിഷത്തിൽ നിന്നും ജീവിതം തുടരാനുള്ള ധാതുക്കളെ എങ്ങനെ തിരിച്ചറിയാനാണ്?

രാത്രി അപു വന്നപ്പോൾ രാധ അയാൾക്കുമുന്നിൽ ഒരു പ്രതിമയായി. വളരെ സാവധാനത്തിൽ അവൾ പറഞ്ഞുതുടങ്ങി:

നമ്മുടെ ഉൾക്കടച്ചിൽ റെയിൽവേക്ക് മനസ്സിലായെന്ന് തോന്നുന്നു. ടിക്കറ്റ് ഒഴിവുണ്ടായിരുന്നു. വിവാഹത്തിന് കിട്ടിയ ചെക്കുകൾ മാറി നാളേക്ക് തന്നെ ഞാനത് ബുക്ക് ചെയ്തു.

അയാൾ അവളുടെ തോളിൽ സ്പർശിച്ചു. ഇഴജന്തുവിനെ പോലെ അവളുടെ ചുമലിൽ നീണ്ടുകിടന്ന അയാളുടെ കൈ വേർപെടുത്തി ക്കൊണ്ട് അവൾ തുടർന്നു, അയാളുടെ മുഖത്ത് നോക്കാതെ:

ഇത് ബലാത്സംഗമാണ്. ഉള്ളിൽ സ്നേഹത്തിന്റെ ഒരു തരിപോലു മില്ലാത്തപ്പോൾ ഇത് ബലാൽക്കാരമാണ്. അതൊഴിവാക്കുക.

ഇക്കുറി മാത്രം അയാൾ അനുസരിച്ചു. അയാൾ കിടക്കയിലേക്ക് വീണു. ഉറങ്ങാതെ കിടക്കുമ്പോൾ പകുത്തുമാറ്റിയ ജനാലക്കർട്ടനപ്പുറം വെളിച്ചത്തിന്റെ നഗരം തിളച്ചുമറിയുന്നതവൾ കണ്ടു. രാത്രിയായാൽ ഇരുളിലേക്കമരുന്ന തന്റെ വീടിന്റെ പരിസരങ്ങളെ അവൾ ഇമകൾ ക്കുള്ളിൽ കുടിയിരുത്തി.

പിറ്റേന്ന് ഇറങ്ങാൻ നേരത്ത് അയാൾ ഒന്നും പറഞ്ഞില്ല. അവൾ പറഞ്ഞു:

മൂന്നരയ്ക്ക് ഞാൻ പോകും. എതിരെയുള്ള വീട്ടിൽ താക്കോൽ കൊടു ത്തിരിക്കും.

വലിയ പെട്ടി കൂടെ കൊണ്ടുപോകണമോ എന്നവൾ സംശയിച്ചു. മടങ്ങിവരാനുള്ള സാധ്യതയൊന്നുമില്ലായിരുന്നെങ്കിലും അവളത് എടു ത്തില്ല. താങ്ങാനാവാത്ത ഭാരങ്ങൾ എല്ലാം ഉപേക്ഷിക്കാം.

സേവന സംഘടനയിലെ ബി.കെ.പട്ടേൽ അവൾ മടങ്ങാനിരുന്നതിന് അരമണിക്കൂർ മുമ്പ് അവരുടെ വീടിന്റെ വാതിലിൽ മുട്ടി. താഴേയ്ക്കൊന്നു വരണമെന്ന് അയാൾ പറഞ്ഞു. അവരൊന്നിച്ച് ലിഫ്റ്റിറങ്ങി. ഒരാളെ ആകാശ ത്തോളമുയർത്താനും പാതാളത്തോളം താഴ്ത്താനുമുള്ള ലിഫ്റ്റിന്റെ കരുത്തിനെപ്പറ്റി ഓർക്കുമ്പോഴെക്ക് ലിഫ്റ്റ് താഴെയെത്തി. ലിഫ്റ്റിന്റെ മുൻവശത്തെ മുറ്റത്ത് കാറിന്റെ പിൻസീറ്റിൽ അപു കിടപ്പുണ്ടായിരുന്നു.

പട്ടേൽ പറഞ്ഞു. അപുവിന് എന്തു സംഭവിച്ചു എന്നയാൾക്കറിയില്ല. വഴിയരികിൽ അയാൾ വീണുകിടക്കുകയായിരുന്നു. അയാൾക്ക് ബോധമുണ്ടായിരുന്നില്ല. പരിചയമുള്ള ആളായതിനാൽ ഒരു വണ്ടി വിളിച്ച് ആസ്പത്രിയിൽ കൊണ്ടുപോകാമെന്ന് പട്ടേൽ കരുതി. പോകുംവഴി അവളെ കൂടെക്കൂട്ടാൻ കയറിയതാണ്.

നമ്മുടെ നിശ്ചയങ്ങൾ വെറുതെയാണെന്ന് അവൾക്ക് ബോധ്യമായി. മുൻപോട്ടൊരടി വെയ്ക്കാനാവാതെ അവൾ നിന്നു. സ്വാതന്ത്ര്യം എന്നത് അത്രമേൽ അപകടം പിടിച്ചൊരു വാക്കാണെന്ന് അവൾക്ക് മനസ്സിലായി. എന്തിൽ നിന്ന്, എന്തിലേക്ക്, എപ്പോൾ, എങ്ങനെ–എന്താണത്?

അയാളുടെ ട്രൗസറുകൾ ഡ്രസ്സുചെയ്യാനറിയില്ലാത്ത ഒരു കുട്ടി ധരിച്ചതുപോലെ വികൃതമായിരുന്നു. അയാളുടെ വലതുകൈത്തണ്ടയിലെ അറപ്പുളവാക്കും വിധം പച്ചകുത്തിയിരുന്ന ഡ്രാഗന്റെ ചിത്രത്തിനുമേൽ എന്തോതടഞ്ഞ് ആഴത്തിൽ മുറിവേറ്റിരുന്നു. ഈയിടെയായി നിർബന്ധങ്ങളും ശകാരങ്ങളും മാത്രം പുറത്തുവിട്ടിരുന്ന അയാളുടെ ചുണ്ടുകൾ നിർവചിക്കാനാവാത്ത ഒരു ഭാവത്തിന്റെ ബഹിർസ്ഫുരണത്താൽ മുദ്രിതമായിരുന്നു.

കാറിന്റെ പിൻസീറ്റിൽ അപുവിന്റെ തല മടിയിൽവെച്ച് അവൾ ഇരുന്നു. പട്ടേൽ ഡ്രൈവറോടൊപ്പം മുന്നിൽ. കാർ തടാകതീരത്തെ റോഡ് പിന്നിടുന്നു. കാറ്റില്ല. തടാകത്തിൽ ഒരായിരം നീലശലഭങ്ങൾ ഇപ്പോൾ നിശ്ചലമാണ്.

ഇന്നലെ രാത്രി അയാൾ സ്പർശിച്ച അവളുടെ ഇടതുതോൾ ചലിച്ചു. ലക്ഷണം നന്നെന്ന് അവളെ ആരോ പഠിപ്പിച്ചിരുന്നു. അയാൾ ഉണരുമെന്നും ഉടൻതന്നെ ശകാരം തുടങ്ങുമെന്നും അവൾ വിചാരിച്ചു. ശകാരങ്ങൾക്കും എതിർവാദങ്ങൾക്കുമൊടുവിൽ പുറപ്പെടാനൊരുങ്ങുമ്പോൾ താൻ തന്നെ തളർന്നു വീണേക്കാമെന്ന് അവൾക്ക് തോന്നി.

ഒടുവിൽ ആസ്പത്രി സ്ട്രെച്ചറിൽ അയാളെ കിടത്തി. അവൾ വിചാരിച്ചു. ഉപേക്ഷിക്കപ്പെടേണ്ടതും എന്നാലതിനാവാത്തതുമായ, മാട്ടുപ്പാവിൽ നിന്നും പാറിവീണ, ഒരു പഴന്തുണി.

അത്യാഹിത വിഭാഗത്തിനു വെളിയിൽ അവൾ കാത്തിരുന്നു. ബി.കെ. പട്ടേൽ അല്പം മാറി ഒരു ബെഞ്ചിൽ ഇരിപ്പുപിടിച്ചു. അയാളുടെ മൊബൈലിലേക്ക് ആരൊക്കയോ വിളിക്കുന്നു. അവൾ വാച്ചിൽ നോക്കി. ഇപ്പോൾ തന്റെ ട്രെയിൻ നഗരം വിട്ടിരിക്കും.

മണിക്കൂറുകൾ കഴിഞ്ഞാണ് ഡോക്ടർ അവളെ വിളിപ്പിച്ചത്. കണ്ണടയുടെ ചില്ലുതുടച്ചുകൊണ്ട് ഡോക്ടർ ശാന്തനായി അവളെ കാര്യങ്ങൾ ധരിപ്പിച്ചു.

നിങ്ങളുടെ ഭർത്താവിന്റെ തലച്ചോറിന് ആഴത്തിൽ ക്ഷതമേറ്റിട്ടുണ്ട്. അതിന് മരണം സംഭവിച്ചിരിക്കുന്നു. അയാൾ ജീവിതത്തിലേക്ക് തിരിച്ചു

വരാൻ ഒരു ശതമാനം പോലും സാധ്യതയില്ല. എന്നാൽ അയാളുടെ ആന്തരാവയവങ്ങൾക്ക് ഒരു പരിക്കുമില്ല. അവ ആവശ്യമുള്ള നിരവധി രോഗികൾ ഇവിടെത്തന്നെയുണ്ട്. പറയാൻ വിഷമമുണ്ട്. എങ്കിലും നിങ്ങളുടെ ഭർത്താവിലൂടെ ആരെങ്കിലുമൊക്കെ മരണത്തിൽ നിന്ന് രക്ഷപ്പെടുന്നത് ഒരു വലിയ കാര്യമല്ലേ?

അങ്ങനെ ഭർത്താവിലൂടെ മരണത്തിൽ നിന്നും രക്ഷപ്പെട്ടു എന്നു വിചാരിക്കുന്ന ഒരാളാണ് താനെന്ന് അവൾക്ക് പറയാൻ തോന്നി. അവൾ നിയന്ത്രിച്ചു. വാസ്തവത്തിൽ അവൾ വല്ലാതെ ഞെട്ടിപ്പോയി. എന്തിനാണ് താൻ ഞെട്ടുന്നത് എന്ന് അവൾ ഓർത്തുനോക്കി. അടുത്ത വീട്ടിൽ താക്കോലേല്പിച്ച് എല്ലാമവസാനിപ്പിച്ച്, 3.30 ന്റെ ട്രെയിൻ പിടിക്കാൻ ഇരുന്നവളാണ് താൻ. ദിവസങ്ങളായി മനസ്സുകൊണ്ട് ഇയാൾ തന്റെ ആരുമല്ലാതായതാണ്.

ഇന്നലെക്കൂടി അപു തന്റെ ചുമലിൽ സ്പർശിച്ചതോടെ അയാളോടുള്ള എല്ലാ മൃദുത്വവും തന്നിൽ അവസാനിച്ചതുമാണ്.

ഡോക്ടർ അവളുടെ നേരെ ഒരു കടലാസു നീട്ടി. നല്ലവണ്ണമാലോചിച്ച് അവ ദാനം ചെയ്യാൻ ഒരുക്കമാണെങ്കിൽ സമ്മതപത്രം ഒപ്പിട്ടു നല്കണമെന്ന്.

എന്താണ് അപുവിന് സംഭവിച്ചതെന്ന് അവൾക്ക് ആരോടും ചോദിക്കാനില്ല. അത്യാഹിത വിഭാഗത്തിന്റെ ചില്ലുഗ്ലാസിലൂടെ പട്ടേൽ എത്തിനോക്കിയപ്പോൾ അവളുടെ തലയിലൂടെ ഒരു വൈദ്യുതിസ്പർശം കടന്നുപോയി. പട്ടേലിനെപ്പോലെ ചിലർ നഗരത്തിൽ ആൾക്കാരെ അബോധവസ്ഥയിലാക്കി, ബന്ധുക്കളെ അറിയിച്ച്, സംശയങ്ങളൊഴിവാക്കാൻ അവരെ കൂടെ ചേർത്ത്, ഇരകളെ ആസ്പത്രിയിലാക്കാറുണ്ടെന്ന് കഴിഞ്ഞ ദിവസമാണ് പറഞ്ഞുകേട്ടത്. ക്ലോറോഫോം അധികമായി നല്കുന്നതടക്കം ഒട്ടേറെ വഴികൾ. ഇതിനിടയിലെ കച്ചവടം ഡോക്ടർപോലും അറിഞ്ഞുകൊള്ളണമെന്നില്ല. ആവശ്യക്കാർ അതേ ആസ്പത്രിയിൽ തന്നെ അഡ്മിറ്റായിട്ടുണ്ടാവും.

അവൾക്ക് തലചുറ്റുന്നതായിത്തോന്നി. മൃഗങ്ങളെപ്പോലും മുഴുവനായും കൊല്ലുകയും കൈമാറുകയും ചെയ്യുമ്പോൾ, മനുഷ്യൻ ഭാഗികമായി കൊല്ലപ്പെടുകയും അവയവങ്ങളായി വിൽക്കപ്പെടുകയും ചെയ്യുന്നു.

അവൾക്ക് എന്തുചെയ്യണമെന്ന് അറിവില്ലാതായി. ഡോക്ടർ തന്ന കടലാസ് അവളുടെ കയ്യിലിരുന്ന് വിറച്ചു. അത്യാഹിത വിഭാഗത്തിന്റെ ചില്ലിനു വെളിയിൽ ബി.കെ.പട്ടേലിനോടൊപ്പം ആജാനുബാഹുക്കളായ മൂന്നു പേർകൂടി ചേരുന്നതു കണ്ടപ്പോൾ തന്റെ ധാരണകളെല്ലാം ശരിയാണെന്ന് അവൾക്ക് ബോധ്യമായി.

അവളുടെ മനസ്സിൽ വെള്ളിനേഴി പരന്നുകിടന്നു. റോഡിലൂടെ കഴുതകളും പശുക്കളും മനുഷ്യരും വണ്ടികളും നീങ്ങുന്നത് അവൾ ജനാലയിലൂടെ കണ്ടു. ദൂരെ കാണുന്ന തടാകത്തിൽ നീലശലഭങ്ങൾ നിരന്നിരുന്ന്

ചിറകനക്കുന്നുണ്ടോയെന്ന് വ്യക്തമല്ല. അശോകമരത്തിന്റെ ഇലകൾ കൊണ്ടലങ്കരിച്ച കടകളും അവളുടെ കണ്ണിൽപ്പെട്ടില്ല. ഭേൽപൂരിക്കച്ചവട ക്കാരുടെ ബഹളവും ശീതികരിച്ച അത്യാഹിതമുറിയിലേക്ക് കടന്നുവന്നില്ല. അവൾ റെയിൽവേ സ്റ്റേഷനിലേക്ക് പോവുകയാണോ എന്ന ആദ്യ ദിവസം കണ്ട പെൺകുട്ടിയുടെ ചോദ്യം മാത്രം അവളുടെ ചെവിയിൽ ആവർത്തിച്ചു മുഴങ്ങി.

ഡോക്ടർ അവളുടെ നേരെ പേന നീട്ടി. സമ്മതപത്രം മേശമേൽ വെച്ച് അതിൽ രാധ എഴുതിത്തുടങ്ങി–

ഏപ്രിൽ 12

വഴി മുറിച്ചുകടക്കുന്ന ഒരു പൂച്ചയ്ക്കോ തലയിലേക്ക് കാൽതെറ്റി വീഴുന്ന ഒരു പല്ലിക്കോ എതിരെ വരുന്ന ഒറ്റബ്രാഹ്മണനോ ജീവിതത്തെ മാറ്റാനാവുമെന്ന് എനിക്കിപ്പോൾ വിചാരമില്ല. എന്നാൽ ഓർമയിലേക്കു കയറി വരുന്ന വാക്കുകൾക്ക് അതിന് കഴിഞ്ഞേക്കുമെന്ന് എനിക്ക് തോന്നുന്നു.

* If you pass on through the meadows with their thousand flowers of every colour imaginable, from bright red to yellow and purple, and there bright green grass washed clean by last night's rain, rich and verdant-again without a single movement of the machinery of thought then you will know what love is.

അവൾ മെല്ലെ കസേരയിൽ നിന്നും എഴുന്നേറ്റു.

* The Second Krishnamurti Reader Edited by Mary Lutyens.

■

നിഴൽ നാടകം

രാമച്ച വേരുകൾക്കുമേൽ തഴപ്പായ വിരിച്ച അമ്മാമ്മയുടെ കട്ടിലിൽ കിടക്കുമ്പോൾ സീതയുടെ കാതുകളിലേക്ക് തമ്പേറുകളുടെ കനത്ത സ്വരം കടന്നുവന്നു. കതകുപിടിപ്പിക്കാത്ത ജനലിലെ പഴയ സാരികൊണ്ടുള്ള കർട്ടൻ മാറ്റി അവൾ നിലാവിന്റെ വെള്ളിവെളിച്ചത്തെ തന്നിലേക്ക് ആവാഹിച്ചു. കുന്നിന്റെ മടക്കിൽ എടുത്തുവെച്ചതുപോലുള്ള അവരുടെ ഒറ്റമുറി വീട്ടിൽ നിന്നും നോക്കിയാൽ പുഴയിപ്പോൾ നിലാവിൽ മുക്കിയെടുത്ത് ഉണക്കാനിട്ട ഒരു നാടയാണ്. നിറുത്തിയും പുനരാരംഭിച്ചും അയഞ്ഞും മുറുകിയും തമ്പേറുകൾ ശബ്ദം കൊണ്ട് കളിക്കുന്നു. മുറ്റത്തേക്കു ചായ്ച്ചു കെട്ടിയ പുല്ലുമേഞ്ഞ അടുക്കളയിൽ നിന്നും ഒരിറക്കുവെള്ളം കുടിച്ച്, അതിനപ്പുറത്തുള്ള തെങ്ങോല മെടഞ്ഞു മറച്ച കുളിമുറിയിൽ പോയി മുഖം കഴുകി, അമ്മാമ്മ ഇപ്പോൾ ഉറങ്ങാൻ വരും. കുളിമുറിയിലെ ആളനക്കം കേട്ടിട്ടാവണം വീടിന്റെ പരിസരങ്ങളിൽ നിന്നും മയിലുകൾ ഒച്ചവെക്കാൻ തുടങ്ങി.

മഞ്ഞ് മലമടക്കുകളിലേക്ക് പുകപോലെ പരക്കുന്നതു നോക്കി സീത ചരിഞ്ഞുകിടന്നു. രാത്രിയുടെ വെണ്മയിലൂടെ തണുപ്പ് ശരീരത്തിലേക്ക് ഒലിച്ചിറങ്ങുകയാണ്. തമ്പേറുകളുടെ മുഴക്കം കൂടിക്കൂടി വന്നപ്പോൾ താനൊരു മായിക ലോകത്താണെന്ന് സീതയ്ക്കു തോന്നി. അമ്മാമ്മയുടെ കാൽപ്പെരുമാറ്റം കേട്ട് അവരുടെ ഒരു മുറിമാത്രമുള്ള വീട്ടിലെ ഒരേയൊരു കട്ടിലിൽ നിന്നും അവൾ താഴെയിറങ്ങി അമ്മയുടെയും അനുജത്തിമാരുടെയും കൂടെക്കൂടി.

മുറിയുടെ കോൺക്രീറ്റ് മുകൾത്തട്ടിൽ നിന്നും കേട്ട ശബ്ദത്തിൽ അവൾ ഞെട്ടി. പകലിലെ കടുത്തചൂട് രാത്രിയിലെ തണുപ്പിനു വഴിമാറുമ്പോൾ മുകൾത്തട്ടിൽ അത്തരം ഞെരിഞ്ഞമരുന്ന സ്വരങ്ങൾ പതിവാണല്ലോ എന്നവൾ ഓർമിച്ചു.

എപ്പോഴും കടുത്ത പരീക്ഷണങ്ങളിലൂടെ സഞ്ചരിച്ചിരുന്ന അച്ഛൻ ഒരു മുറിയെങ്കിലും കോൺക്രീറ്റ് പണിതത് ഭാഗ്യമായി. അല്ലെങ്കിൽ ഇപ്പോൾ തണുപ്പ് സിബാബുൾ ചെടികളുടെ ഇലകളേക്കാൾ ചെറുതാക്കി ഏവരെയും ചുരുട്ടിയെടുക്കുമായിരുന്നു.

രാവിലെ അമ്മ ആടിനെ കറക്കുന്നിടത്ത് സീത പുസ്തകവും നിവർത്തി ഇരുന്നു. ആടുകളിലെ കറുത്തൊരെണ്ണം അവൾ പഠിക്കുന്നുണ്ടോ എന്ന് പരിശോധിക്കുന്ന മട്ടിൽ തല ചെരിച്ചും നിവർത്തിയും നോക്കി. കറന്നെടുത്ത ഒന്നരഗ്ലാസ് പാലിൽ ഒരു ഗ്ലാസ് പകുത്തെടുത്ത് അമ്മ ദേവിക്കും രാധക്കും നൽകി. അനുജത്തിമാർ കുട്ടികളാണെന്ന പരിഗണന. ബാക്കി അരഗ്ലാസ്കൊണ്ട് അമ്മയും അവളും ഇളയമ്മയും അമ്മാമ്മയും കറുത്ത ആടിനെപ്പോലുള്ള ചായയെ വെളുപ്പിക്കാൻ പണിപ്പെട്ടു.

സർക്കാർ കോളേജിലേക്കുള്ള വഴി നിറയെ കയറ്റങ്ങളും ഉരുളൻ കല്ലുകളുമാണ്. തിരിച്ചുപോരുമ്പോൾ ഇറക്കങ്ങളും ഉരുളൻകല്ലുകളുമാണെന്ന വ്യത്യാസമുണ്ട്. കയറ്റമെന്ന വാക്കാണോ ഇറക്കമെന്ന വാക്കാണോ ഉപയോഗിക്കേണ്ടതെന്ന് കുട്ടിക്കാലത്ത് അവൾ ഒരുപാട് സംശയിച്ചിട്ടുണ്ട്. അത്ഭുതങ്ങളും സംശയങ്ങളും നിറഞ്ഞ കുട്ടിക്കാലം കോളേജിൽ എത്തും മുൻപ് തന്നെ മഞ്ഞും തണുപ്പും പൂക്കളും ഒളിയിടങ്ങളുമുള്ള ഒരു താഴ്‌വരയിലെ കൗമാരത്തിലേക്ക് വഴിമാറിയിരുന്നതായി അവൾക്ക് തോന്നി. സംശയങ്ങളുടെയും അത്ഭുതങ്ങളുടെയും സ്ഥാനത്ത് ഇളം മഞ്ഞളിന്റെ നിറമുള്ള സ്വപ്നങ്ങൾ. നിറമൊക്കെ കെട്ടുപോകുന്നത് വീടെത്തുമ്പോഴാണ്. ആറു സ്ത്രീകൾ മാത്രമുള്ള വീട്. അമ്മാമ്മയേയും അമ്മയേയും ഇളയമ്മയേയും ഞങ്ങൾ മൂന്നുമക്കളേയുമുപേക്ഷിച്ച് അച്ഛൻ എങ്ങോട്ടാണ് പോയത്? ആർക്കുമറിയില്ല.

അച്ഛൻ ചെയ്യാത്ത പണികളില്ല. പൊടിക്കച്ചവടങ്ങളിൽ അച്ഛൻ കൈവെക്കാത്തതായി ഒന്നുമില്ല. എങ്ങും അച്ഛൻ വിജയിച്ചില്ല. കാശുമുടക്കിയുള്ള കച്ചവടം പറ്റാത്തവിധം പൊളിഞ്ഞപ്പോൾ അച്ഛൻ കൊടിത്തൂവയും അമൽപൊരിയും ശേഖരിച്ചു നടന്നു. രണ്ടുകൊല്ലം മുൻപുള്ള ഉത്സവക്കാലത്താണ് അമ്മയുടെ വീടുപൂട്ടി അമ്മാമ്മയും ഇളയമ്മേയും കൂടി സുഖമില്ലെന്നും ആൺതുണയില്ലാതെ വയ്യെന്നും പറഞ്ഞ് സീതയുടെ വീട്ടിലേക്ക് വന്നത്. അവരുടെ ഭാണ്ഡം കെട്ടിയുള്ള വരവുകണ്ട് അച്ഛൻ അരിനെല്ലിയിലപോലെ വിറച്ചത് അവളിപ്പോഴും ഓർക്കുന്നു. പണം മുടക്കാനില്ലാത്തതിനാൽ സൗജന്യമായി ശേഖരിച്ച കശുമാങ്ങകളുമായി അച്ഛൻ പഴക്കച്ചവടക്കാർക്കിടയിൽ ചെന്ന് ഇരുന്നതും അതേ ഉത്സവക്കാലത്താണ്. അതിഷ്ടപ്പെടാതിരുന്ന മറ്റു പഴക്കച്ചവടക്കാരും കശുമാങ്ങ വാങ്ങിത്തിന്ന് വസ്ത്രത്തിൽ കറപിടിപ്പിച്ച കുട്ടികളുടെ രക്ഷിതാക്കളും ചേർന്ന് അച്ഛനെ ഉത്സവപ്പറമ്പിൽ നിന്നും അടിച്ചോടിച്ചു. പിന്നെ അച്ഛനെ കാണാതായി. അച്ഛൻ ചേക്കേറാനിടയുള്ള സ്ഥലങ്ങളിലൊക്കെ അന്വേഷണം നടന്നു. ഒരു സൂചനപോലുമവശേഷിപ്പിക്കാതെ കുന്നോളം ഓർമകൾ ബാക്കിവെച്ച് അച്ഛൻ അപ്രത്യക്ഷനായപ്പോൾ സീത തകർന്നുപോയി. ഒറ്റയ്ക്കായാൽ ഒരു വിലയുമില്ലാത്ത പൂജ്യം മാത്രമാണ് താനെന്നും അച്ഛനോടൊപ്പമായാൽ വിലമതിയ്ക്കാനാവാത്തത്ര മിടുക്കിയായി താൻ മാറുമെന്നും അവൾക്കു തോന്നി. ഒളിച്ചും പതുങ്ങിയും അച്ഛനെ കാണാൻ വരാറുള്ള നിഗൂഢമുഖമുള്ള താടിക്കാരായ ചില കൂട്ടുകാരെയും പിന്നീട് കണ്ടില്ല.

ആദ്യകാലത്ത് ചന്തമുക്കിലെ കച്ചവടക്കാരന്റെ വീട്ടിലേക്ക് വിവരങ്ങൾ തിരക്കി എവിടെ നിന്നൊക്കെയോ അച്ഛൻ വിളിച്ചിരുന്നു. പിന്നെ തപാൽ സീൽ വ്യക്തമാകാത്ത രണ്ടു മൂന്ന് കത്തുകൾ. അച്ഛനെ എവിടെയെങ്കിലും വച്ച് കണ്ടതായി ആരും പറഞ്ഞതുമില്ല. പോലിസ്കേസ് കൊടുത്ത് അച്ഛനെ ബുദ്ധിമുട്ടിപ്പിക്കേണ്ടതില്ലെന്ന് കരുതി അവരാരും അതിന് മിനക്കെട്ടില്ല. അങ്ങനെ അച്ഛനും അച്ഛന്റെ കൂട്ടുകാരെപ്പോലെ നിഗൂഢനായി.

അച്ഛൻ വീട്ടിലുണ്ടായിരുന്നപ്പോൾ അവരുടെ വീട്ടിലെ ഒറ്റമുറിക്കു നടുവിലൂടെ കർട്ടൺപോലെ ഒരു ചുവന്ന തുണി തൂക്കിയിട്ടിരുന്നു. കർട്ടനപ്പുറം അച്ഛനുമമ്മയും അനുജത്തിമാരും. ഇപ്പുറത്ത് സീത തനിയെ. കർട്ടനപ്പുറത്തെ നിഴലായിരുന്നു അവൾക്ക് അച്ഛന്റെ ഇരിപ്പും നടപ്പുമൊക്കെ. വീടിനു പിന്നിലെ അഴയിൽ അതേപോലെ നിവർത്തിയിട്ട ഒരു കറുത്ത തുണിയോ വെളുത്ത തുണിയോ ഉണ്ടാവും. അച്ഛന്റെ വിറകുകീറലും മറ്റു ജോലികളുമൊക്കെ അതിനപ്പുറത്താവും. വിരളമായി മാത്രമാണ് അച്ഛൻ അവളുടെ മുന്നിൽ നേരിട്ടെത്തുക. ഉറങ്ങുന്ന നേരമൊഴികെ വളരെ കുറച്ചു നേരം മാത്രമാണച്ഛൻ വീട്ടിലുണ്ടായിരിക്കുക. തുഴയില്ലാതെ ഒഴുകിനടക്കുന്ന ഒരു ഒറ്റ വള്ളമാണ് അച്ഛനെന്നവൾക്ക് തോന്നാറുണ്ട്.

സീതയും അനുജത്തിമാരും ക്ലാസുകഴിഞ്ഞുവരുമ്പോഴും ചവിട്ടികളുണ്ടാക്കുന്ന കൈത്തൊഴിൽ ശാലയിലെ പണികഴിഞ്ഞ് അമ്മ വന്നിരുന്നില്ല. ഇളയമ്മ കൊടുത്ത ചായ അവൾ ഊതിക്കുടിച്ചു. വേണ്ടത്ര പാൽ തരാത്ത ഖേദത്തിൽ കറുത്ത ആട് അവളെ നോക്കി മുഖം താഴ്ത്തി. അവൾക്ക് നന്നായി വിശന്നു. ചെത്തിയിലെ കടുംചുവപ്പുള്ള കുഞ്ഞിപ്പഴങ്ങൾ കുറെ പറിച്ചുതിന്നെങ്കിലും അവൾക്ക് വിശപ്പുമാറിയില്ല. തെങ്ങോലക്കുളിമുറിയിലേക്ക് കയറിയ അവളെക്കണ്ട് ഒച്ചവെക്കാതെ പുറത്തുചാടിയ ഒരു മലയണ്ണാൻ അവളെ ഒച്ചവെപ്പിക്കുകതന്നെ ചെയ്തു.

ചവിട്ടിക്കമ്പനിയിലെ പണികഴിഞ്ഞ് അമ്മ ക്ഷീണിതയായി കയറിവരുന്നുണ്ട്. ഇറയത്തേക്ക് വിലങ്ങനെ വീഴാവുന്ന ഒരു ചവിട്ടിയാണിപ്പോൾ അമ്മയെന്ന് അവൾ കരുതി. നിറങ്ങളുടെ ഘോഷമൊന്നുമില്ലാത്ത ഒരു ചവിട്ടി. ആറുപേരുടെ വിശപ്പുമാറ്റാൻ അമ്മ തറയിൽ നിരങ്ങുകതന്നെയാണ്.

അമ്മയുടെ കഷ്ടപ്പാടുകൾ കണ്ട് ഇളയമ്മ തന്നെയാണ് സീതയോട് അക്കഥ പറഞ്ഞത്. ഒരു ജോലിക്കും പോകാത്തതെന്തെന്ന് അവൾ ചോദിക്കുമോയെന്ന് ഇളയമ്മ ഭയന്നുകാണും. തന്റെ വിട്ടുമാറാത്ത രോഗം തുടങ്ങിയതിന്റെ കഥ അവർ പറഞ്ഞുകൊണ്ടിരുന്നു. അവർക്ക് അച്ഛനോട് കടുത്ത പ്രണയമുണ്ടായിരുന്നു. എന്നാലതവർ അച്ഛനോടോ മറ്റാരോടെങ്കിലുമോ പറഞ്ഞതുമില്ല. അച്ഛന്റെ വിവാഹാലോചന അമ്മക്കായി എത്തിയപ്പോൾ ഇളയമ്മക്ക് അതിനുമുന്നിൽ കയറി തടസ്സം നിൽക്കാൻ കരുത്തുണ്ടായിരുന്നില്ല. അച്ഛൻ വിവാഹിതനായതിന്റെ അടുത്ത ദിവസമാണ് ആൽമരത്തിന്റെ കൊമ്പിൽ നിന്നും ചുണ്ണാമ്പുവള്ളി കഴുത്തിൽ ചുറ്റി ഇളയമ്മ താഴേക്ക് ചാടിയത്. ആകസ്മികമായി അതുവഴിവന്ന അച്ഛൻ

അവരെ കുരുക്കഴിച്ച് താഴെയിറക്കി. അവരുടെ കഴുത്തിൽ ഭസ്മക്കുറിപ്പോലെ പറ്റിപ്പിടിച്ച ചുണ്ണാമ്പുവള്ളിയുടെ വെളുത്ത പൊടി അച്ഛൻ തുടച്ചുകളയുമ്പോൾ മരണവെപ്രാളത്തിനിടയിലും അവർ അച്ഛനെ ഉമ്മവച്ചു. ഒരേയൊരുമ്മയിലൂടെ എല്ലാം തിരിച്ചറിഞ്ഞ അച്ഛൻ പിന്നീട് അമ്മയുടെ വീട്ടിലേക്കുപോയില്ല. ആത്മഹത്യക്ക് ശ്രമിച്ച് രക്ഷപ്പെട്ടുവെങ്കിലും ഇളയമ്മയെ രോഗങ്ങൾ ഓരോന്നായി പിടികൂടി. കശുമാങ്ങാ കച്ചവടത്തിന് അടികിട്ടിയ ഉത്സവത്തിന്, ഇളയമ്മയും അമ്മാമ്മയും ഭാണ്ഡക്കെട്ടുമായി പൊറുക്കാൻ വന്ന അതേ ഉത്സവത്തിന്, അച്ഛൻ അപ്രത്യക്ഷനായതിൽ അവൾക്ക് അത്ഭുമില്ലാതായി.

സ്ത്രീയായി മാറിയ സമയത്താണ് അവളെക്കൂട്ടി അച്ഛൻ പുഴയ്ക്കക്കരെ ഊരിൽ പോയത്. അച്ഛനോടൊപ്പമുള്ള അപൂർവ സഞ്ചാരങ്ങളിലൊന്ന്. കുട്ടിയിൽ നിന്ന് സ്ത്രീയിലേക്കുള്ള പരിണാമത്തിലെ അസാധാരണമായ വേളയിൽ അവൾ അച്ഛന്റെ കൈപിടിച്ചും പിടി വിടുവിച്ചും ഇരുവേഷങ്ങളും കളിച്ചു.

അച്ഛന്റെ കൂടെ അവളെക്കണ്ട് മൂക്കുത്തിയിട്ട സ്ത്രീകൾ കൈക്കുടന്ന നിറയെ നിലക്കടല അവൾക്ക് തിന്നാൻ നൽകി. ഒറ്റച്ചേലയിലേക്ക് വസ്ത്രം ഒതുക്കുന്ന അവരുടെ പരിമിതി അവളെ വിഷമിപ്പിച്ചു. കാൽമുട്ടിനു മുകളിൽത്തുടങ്ങി നെഞ്ചിനു തൊട്ടുമേലെ അവസാനിക്കുന്ന അവരുടെ വസ്ത്രത്തിന് കുറച്ചുകൂടി വലുപ്പമാവാമായിരുന്നു എന്നവൾക്ക് തോന്നി. പള്ളിക്കൂടത്തിൽ നിന്ന് വന്ന് ചോറുപാത്രത്തിൽ വെള്ളമെടുത്ത് ചെടി നനയ്ക്കുന്ന കുട്ടികളെ അവൾ അത്ഭുതത്തോടെ നോക്കി. അവർ ജീവിതം തന്നെ പാഠമാക്കുകയാണെന്ന് അവൾക്ക് മനസ്സിലായി. പൂച്ചക്കുഞ്ഞുങ്ങളെ കൂട്ടയ്ക്കടിയിൽ ഒളിപ്പിച്ചും എവിടെനിന്നോ പറന്നുവന്ന എലിമണത്തിന് മൂക്കുപൊത്തിയും കുട്ടികൾ അവളെ നോക്കി നിന്നു. തിരിച്ചുപോരുമ്പോൾ പുഴയരികിലെ മരക്കൊമ്പുകളിലാകെ തുണിക്കഷ്ണങ്ങൾ കെട്ടിയിട്ടിരിക്കുന്നതുകണ്ട് അതെന്താണെന്നവൾ അച്ഛനോട് ചോദിച്ചു. ഒന്നു മടിച്ചതിനുശേഷം അത് തീണ്ടാരിത്തുണികളാണെന്നും വെള്ളത്തിലിടാതെ അതവർ മരത്തിൽ കെട്ടിവച്ചതാണെന്നും അച്ഛനവൾക്ക് പറഞ്ഞുകൊടുത്തു. ഋതുമതിയുടെ ആദ്യപാഠവും അവൾക്കവിടെ നിന്നാണ് കിട്ടിയത്.

എത്രയൊക്കെ ബുദ്ധിമുട്ടുകൾ ഉണ്ടായിരുന്നെങ്കിലും അച്ഛൻ പോകേണ്ടിയിരുന്നില്ല എന്നവൾക്കു തോന്നി. എന്നാൽ ഇളയമ്മയോടവൾക്ക് വെറുപ്പു തോന്നിയില്ല. ജീവിക്കാനുള്ള സമരങ്ങൾ കഠിനമാണെന്ന് അവൾ പഠിച്ചു തുടങ്ങിയിരുന്നു.

രാത്രി ഉറങ്ങാൻ കിടക്കുമ്പോൾ ഊഞ്ചയിൽ നിന്നുതിരുന്ന സംഗീതം പുഴകടന്ന് അവൾക്കരികിലെത്തും. സംസ്ഥാനങ്ങളെ കൂട്ടിയിണക്കിയ അതിർത്തിയിലെ പഴയ തൂക്കുപാലത്തിലൂടെ നടക്കുകയാണെന്നവൾക്കപ്പോൾ തോന്നും. തന്റെയുള്ളിലെ ഭാരമെല്ലാം മറ്റേന്തിലേക്കോ

കൈമാറി, മഴനിഴൽ പ്രദേശങ്ങളും ഉഷ്ണമേഖലകളും മഞ്ഞുപടർന്ന കുന്നുകളുമെല്ലാമുള്ള തങ്ങളുടെ നാടിനെ സീതയപ്പോൾ സ്നേഹിക്കും. ബോട്ടിൽ ബ്രഷ് ചെടികളുടെ ഇക്കിളിപ്പെടുത്തുന്ന സ്പർശം ഓർമ്മിച്ച് അവൾ ഉറക്കം കാത്ത് കിടക്കും.

സ്ത്രീകൾ മാത്രമുള്ള വീട് മറ്റുള്ളവർക്ക് വലിയ അസ്വസ്ഥതയാണെന്ന് ക്രമേണ സീത തിരിച്ചറിഞ്ഞു. എത്ര വസ്ത്രം ധരിച്ചാലും മറ്റുള്ളവരുടെ നോട്ടത്തിൽ തങ്ങൾ വിവസ്ത്രരാവുകയാണ്. എല്ലാം സഹിക്കുന്ന അമ്മയോടവൾക്കപ്പോൾ വല്ലാത്ത അനുകമ്പ തോന്നി. പത്തുകണ്ണുകൾ പ്രതീക്ഷയോടെ തന്നെമാത്രം നോക്കുന്നതറിഞ്ഞ് അമ്മയുടെ രണ്ടു കണ്ണുകളും നിറഞ്ഞൊഴുകും. അച്ഛനെ അമ്മയപ്പോൾ ശപിച്ചിരുന്നുവോ എന്നവൾക്കറിയില്ല.

യാതനകൾക്കൊക്കെയിടയിൽ നല്ലൊരു തുന്നൽക്കാരിയായ അമ്മ, തനിക്ക് നിറമുള്ള വസ്ത്രങ്ങൾ തുന്നിത്തരാൻ ശ്രമിക്കാറുള്ളത് അവളെ സങ്കടപ്പെടുത്തി. തന്റെ സങ്കൽപങ്ങളിൽ അതൊക്കെക്കാണുമെന്ന് അമ്മ വിചാരിക്കുന്നുണ്ടാകും. ഒഴിവുവേളകളിൽ തുന്നൽജോലികൾ ഏറ്റെടുക്കാറുള്ള അമ്മ പലരും തയ്ക്കാനേൽപിക്കുന്ന തുണികളിലെ ബാക്കി കൊണ്ട് അവൾക്ക് വിസ്മയിപ്പിക്കുന്ന വസ്ത്രങ്ങൾ സൃഷ്ടിച്ചു നൽകിയിരുന്നു. തുരുമ്പിച്ച് കാലഹരണപ്പെടാറായ പഴയ തയ്യൽ മെഷീന് അത്രയൊക്കെ നിറങ്ങളെ കൂട്ടിയിണക്കാനാവുന്നുണ്ടല്ലോ എന്നവൾ അതിശയിച്ചു. അതിന്റെ കടകടശബ്ദം പഠിക്കാനിരിക്കുമ്പോഴുള്ള അവളുടെ മയക്കങ്ങളെ തകർത്തെറിയുക കൂടി ചെയ്തിരുന്നു.

ചന്തമുക്കിലെ കച്ചവടക്കാരൻ വീട്ടിൽ നിന്നാരെങ്കിലും അങ്ങോട്ട് ചെല്ലണമെന്നു പറഞ്ഞപ്പോൾ അവൾക്ക് ഭയമിടിപ്പ് കൂടിക്കൂടി വന്നു. അച്ഛൻ എവിടെനിന്നെങ്കിലും വിളിച്ചിരിക്കുമോ? ഒന്നരവർഷമായി അച്ഛന്റെ യാതൊരു വാർത്തയുമില്ല. പ്രതീക്ഷയുടെ ഒരു മുള അവളുടെയുള്ളിൽ വളർന്നുപൊന്തി. ഇളയമ്മയെയും കൂട്ടി അവൾ ചന്തമുക്കിലെ കടയിലെത്തി. കച്ചവടക്കാരൻ വളരെ ശബ്ദം താഴ്ത്തിയാണ് സംസാരിച്ചത്. സീത ഒന്നും കേൾക്കരുതെന്ന് അയാൾക്ക് നിർബന്ധമുള്ളതുപോലെ.

തുടർന്ന് ഇളയമ്മയിൽ നിന്ന് അതെല്ലാം കേട്ടപ്പോൾ അവൾ തളർന്നുപോയി. സീതയുടെ ചിറ്റപ്പനും ചിറ്റമ്മയും അതിർത്തി ഗ്രാമത്തിലായിരുന്നു പാർപ്പ്. അന്നാട്ടിലെ പ്രമുഖനായ കശാപ്പുകാരനാണ് ചിറ്റപ്പൻ. ഇന്നു രാവിലെ കശാപ്പിനു മുൻപ് ഒരു അറവുമൃഗം ചിറ്റപ്പനുനേരെ ചാടിവീണു. നൊടിയിടക്കുള്ളിൽ ചിറ്റപ്പൻ തെറിച്ചുപോയി. വീഴ്ചയുടെയും ആക്രമണത്തിന്റെയും ആഘാതത്തിൽ ചിറ്റപ്പൻ അപ്പോൾത്തന്നെ മരണപ്പെട്ടു. ഇളയമ്മയും അവളും വീട്ടിലെത്തി അത് പറഞ്ഞപ്പോൾ കുന്നിൻമടക്കിലെ വീട്ടിൽനിന്നും നിലവിളികൾ കുന്നുകയറി. ഉറക്കെ നിലവിളിച്ചുകൊണ്ടുതന്നെ അമ്മയും ഇളയമ്മയും അതിർത്തി ഗ്രാമത്തിലേക്കുപോകാൻ യാത്രയായി.

ഒരാഴ്ച സീതയ്ക്ക് ദുരിതങ്ങൾ മാത്രമായിരുന്നു. അമ്മാമ്മയെ സഹായിച്ചും ആടിനെ കറന്നും ദേവിയെയും രാധയെയും ഒരുക്കിയും അവൾ ക്ലാസിലെത്താൻ വൈകി. എല്ലാംകൂടി തനിക്കാവുന്നില്ലല്ലോ എന്നവൾ ഇടയ്ക്കിടെ കിതച്ചു. എന്തുജോലിക്കും സമയം കണ്ടെത്തിയശേഷം കുറച്ചുസമയം ബാക്കിയാക്കുന്ന അമ്മ അപാരയായൊരു സ്ത്രീയാണെന്ന് അവൾ ഏറ്റുപറഞ്ഞു.

പറച്ചെണ്ടകളുടെ താളത്തിന് കാതോർത്ത് ഉറങ്ങാൻ കിടക്കുമ്പോൾ ഉളുതയിൽ നിന്നുയർന്ന കരച്ചിൽ പോലുള്ള സംഗീതം പുഴകടന്നുവന്ന് അവളെ മൂടി. എന്തിനാണ് ചിലരുടെ ജീവിതത്തിൽ മാത്രം സങ്കടങ്ങൾ നിറയ്ക്കപ്പെടുന്നത്? എന്തു പാപം കൊണ്ടാണ് ചിലരുടെ ജീവിതം മാത്രം എപ്പോഴും കരിഞ്ഞുണങ്ങുന്നതെന്ന് അവൾ സ്വയം ചോദിച്ചു. കണ്ണാടി നോക്കാൻപോലുമുള്ള ആത്മവിശ്വാസമില്ലാതെ ചിലർ മാത്രം എന്തിനാണെപ്പോഴും അപമാനിതരാകുന്നത്?

പിറ്റേന്നവൾക്ക് ക്ലാസിൽ പോകുമ്പോൾ കൂടെയെടുക്കാൻ ചോറുണ്ടായിരുന്നില്ല. അനുജത്തിമാരെ അന്ന് സ്കൂളിൽ പോകേണ്ടതില്ലെന്ന് പറഞ്ഞ് അവൾ വീട്ടിലിരുത്തി. തലയിൽ നിറയെ വേരുകളും ചുമന്നുവന്ന ഊരിലെ പയ്യൻ അവളോട് കർമോസ് വേണമോയെന്ന് തിരക്കി. അവന്റെ കയ്യിലിരുന്ന മഞ്ഞയും ചുവപ്പും കലർന്ന പപ്പായയിലെ ഒരു കഷ്ണം വേണമെന്ന് തോന്നിയെങ്കിലും നിഷേധാർത്ഥത്തിൽ തലയാട്ടി. അവൻ തലയിലെ കെട്ടൊന്നനക്കിയപ്പോൾ ചെറുവേരുകളും മണ്ണും കലർന്ന വലകൾ താഴ്ന്നുവന്ന് അവന്റെ കാഴ്ചമൂടി. വേരിൻകെട്ട് ഒരു കൈകൊണ്ട് തലയിൽ ചേർത്തുപിടിച്ച് ഒരു വിചിത്ര ജീവിയെ ഓർമിപ്പിച്ച്, അവൻ പുഴ നീന്തിക്കയറി നടന്നുപോയി.

ഒരാഴ്ച കഴിഞ്ഞപ്പോൾ സീത ഭയപ്പെട്ടതുതന്നെ സംഭവിച്ചു. അവരുടെ വീട്ടിലേക്കുള്ള ഏഴാമത്തെ അന്തേവാസിയെയും കൊണ്ടാണ് അമ്മയും ഇളയമ്മയും മടങ്ങിവന്നത്. ചിറ്റപ്പനെ നഷ്ടപ്പെട്ടപ്പോൾ കുട്ടികളില്ലാത്ത ചിറ്റമ്മ അതു തന്നെ ചെയ്യുമെന്ന് അവൾ കരുതിയിരുന്നു. അങ്ങനെ അമ്മയെ പ്രതീക്ഷയോടെ നോക്കാൻ ഇപ്പോൾ പന്ത്രണ്ടു കണ്ണുകളായി.

കോളേജിൽ സമർപ്പിക്കാനായി എഴുതിയ സ്വന്തം വീടിനെപ്പറ്റിയുള്ള ലേഖനത്തിൽ ആറുസ്ത്രീകൾ മാത്രമുള്ള വീട് എന്ന ഭാഗത്ത് അവൾ ആറ് വെട്ടി ഏഴാക്കി.

ആൽമരക്കൊമ്പിൽ നിന്ന് കീഴോട്ടു വളരുന്ന വേരിൽത്തൂങ്ങി സീത ഒരു ഊഞ്ഞാലാട്ടം നടത്തുന്നതിനിടെ വഴിയെ പോയ ഒരുവൻ അവളെ തുറിച്ചുനോക്കി. എല്ലാവരുടെയും ഭാവം ഈ വീട്ടിലെ എല്ലാ സ്ത്രീകളും തങ്ങളുടെ നിരീക്ഷണത്തിലാണ് എന്നാണ്. അവർക്കാവട്ടെ ഒറ്റ നിരീക്ഷണമേയുള്ളൂ. എല്ലാത്തരം സ്ത്രീവികാരങ്ങളുടെയും ഒരു കാഴ്ചബംഗ്ലാവാണ് തന്റെ ഒറ്റമുറി വീടെന്ന് സീതയ്ക്ക് തോന്നി. ഇവിടെ അമ്മയുടെയും

മകളുടെയും അമ്മാമ്മയുടെയും കാമുകിയുടെയും വിധവയുടെയുമൊക്കെ കണ്ണീർകണികകളുണ്ട്. കടന്നുപോകുന്നവർക്കൊക്കെയുള്ള ഭാവം അവർക്ക് ഈ വീടിനുമേൽ എന്തോ അധികാരമുണ്ടെന്നാണ്. അവരുടെയൊക്കെ ഇഷ്ടത്തിനും നിയന്ത്രണത്തിനും വിധേയരാകേണ്ടവരാണ് ഈ വീട്ടിലെ ഏഴുപേരുമെന്ന് അവർ കൽപിക്കുന്നതുപോലെ. സീതയ്ക്ക് കരച്ചിൽ വന്നു. അച്ഛൻ തങ്ങൾക്കുതരേണ്ടിയിരുന്നത് എത്രയോ വലിയൊരു സംരക്ഷണ വലയമായിരുന്നു. അതു തകർത്തെറിഞ്ഞ് ഏതു ദിക്കിലേക്കാണ് അച്ഛൻ ഒളിച്ചോടിയതെന്ന് അവൾക്കറിയണമായിരുന്നു. ആരെയൊക്കെയാണച്ഛൻ ഭയപ്പെടുന്നത്? അല്ലെങ്കിൽ ആരെയൊക്കെയാണച്ഛൻ ഇഷ്ടപ്പെടാത്തത്? ഈ വീട്ടിലെ ഒരേയൊരു പുരുഷൻ ഏതു പുരുഷാർഥത്തിലേക്കാണ് കയറി പോയതെന്നറിയാതെ അവൾ ഇടറി. ദുരിതങ്ങളുടെ ഘോഷയാത്രയിലെ ഈ വേഷക്കാർക്ക് അച്ഛൻ എവിടെയിരുന്നെങ്കിലും മാർക്കിടുന്നുണ്ടാവും. ഒന്നാം സമ്മാനം അമ്മയ്ക്കാവുമെന്ന് സീത ഉറപ്പിച്ചു.

ചോളം പുഴുങ്ങിയത് പ്രഭാതഭക്ഷണമാക്കി, അതിനാണിപ്പോൾ വിലക്കുറവ്, ജോലിക്കുപോകുന്ന അമ്മയെ നോക്കിയിരുന്നപ്പോൾ തന്റെ പഠനകാലം കഴിഞ്ഞുകിട്ടിയിരുന്നെങ്കിലെന്ന് അവൾ വിചാരിച്ചു. എന്തുജോലിയാണ് കിട്ടുക എന്നറിയില്ലെങ്കിലും അമ്മയുടെ ഗുണിതങ്ങൾകൊണ്ട് പൊറുതിമുട്ടിയ ചെലവുകളിലേക്ക് ഒരു ന്യൂനചിഹ്നമെങ്കിലും ഇടാമല്ലോ എന്നു ചിന്തിച്ച് അവൾ കണക്കുപുസ്തകം തുറന്നു.

ശ്രദ്ധ എന്നത് വലിയൊരു പുൽച്ചാടിയാണെന്ന് ബോധ്യപ്പെട്ട് അവൾ പുസ്തകം അടച്ചുവെച്ചു. കറ്റാർവാഴയുടെ മാംസളമായ ഭാഗം താൻ തിന്നുന്നുണ്ടെന്നും പ്രമേഹത്തിനിനി ഗുളിക വാങ്ങേണ്ടെന്നും അമ്മാമ്മ വഴിയിലേക്കിറങ്ങിയ അമ്മയോട് വിളിച്ചുപറയുന്നുണ്ടായിരുന്നു. അതുകേട്ടപ്പോൾ തന്നെപ്പോലെ ഈ വീട്ടിലെ മറ്റുള്ളവരും അമ്മയെപ്പറ്റിയോർത്ത് ആകുലരാണെന്ന് സീതയ്ക്ക് മനസ്സിലായി.

അയൽപക്കത്തെ കൗണ്ടറുടെ വീട് കുരുത്തോലകളാലും വാഴക്കുലകളാലും അലങ്കരിച്ചിരുന്നു. ഇന്നലെ അയാളുടെ മകളുടെ കല്യാണമായിരുന്നു. തന്റെ ജീവിതത്തിൽ അങ്ങനെയൊന്ന് ഉണ്ടാവില്ലെന്ന് സീതയ്ക്കു തോന്നി. സമൃദ്ധമായ ബാക്കി ഭക്ഷണം കഴിച്ചിട്ടാവണം, കൗണ്ടറുടെ പട്ടിക്കുട്ടികൾ വീട്ടുമുറ്റത്ത് ഉറക്കം പിടിച്ചിരുന്നു. അയാളുടെ മകൻ കഴുതപ്പുറത്ത് ചില പാക്കറ്റുകൾ കയറ്റിവെച്ച് സീതയുടെ വീടിനു നേരെവരുന്നതു കണ്ടപ്പോൾ മിച്ചംവന്ന എന്തെങ്കിലുമാവുമെന്നവൾ കരുതി.

പിറ്റേന്ന് വഴുക്കലുള്ള പുഴയിൽ കുളിക്കാനിറങ്ങുമ്പോൾ പുഴക്കരയിലെ ചെടിയിൽ സീതപ്പഴം വിളഞ്ഞുനിൽക്കുന്നതവൾ കണ്ടു. സീതപ്പഴം എന്ന് അവളെ വൃത്തികെട്ട ആർത്തിയോടെ വിളിക്കാറുള്ള, എപ്പോഴും വാക്കത്തിയുമായി നടക്കുന്ന, ചന്തമുക്കിലെ പയ്യനെ അവളന്നേരം അറപ്പോടെ ഓർമിച്ചു.

കുളിച്ചുകയറി വീട്ടിലേക്കു നടക്കുന്നതിനിടയിലാണ് പോസ്റ്റുമാൻ അവരുടെ വീട്ടിലേക്ക് വരുന്നതവൾ കണ്ടത്. നാളേറെക്കൂടിയാണ് പോസ്റ്റുമാൻ അവരുടെ വീട്ടിലേക്ക് വരുന്നത്. അച്ഛൻ കത്തെഴുതിയതാവുമെന്നു കരുതി ഉള്ളിൽ തിങ്ങിയ ആഹ്ലാദത്തോടെ അവൾ നടത്തത്തിനു വേഗതകൂട്ടി. ഒടുവിൽ ഈ വീടിനും ഒരു നാഥനുണ്ടാവുമെന്ന സദ്വാർത്ത ആ കത്തിലുണ്ടാവുമെന്നവൾ സ്വപ്നം കണ്ടു.

അമ്മ ഒപ്പിട്ടുവാങ്ങി അവൾക്കുനേരെ നീട്ടിയ കത്ത് തുറന്നപ്പോൾ ത്തന്നെ അവൾ അതിശയിച്ചു. ഉദ്വേഗം അവളെ ഒരു മുളം മുള്ളിന്റെ തുമ്പത്ത് നിറുത്തിക്കഴിഞ്ഞിരുന്നു. ഇംഗ്ലീഷിലുള്ള കത്ത് കണ്ട് അണതകർത്ത അത്ഭുതവുമായി, കത്തിലെ വരികളിലൂടെ സഞ്ചരിച്ച അവളുടെ കണ്ണുകൾ പിടയ്ക്കാനും നിറഞ്ഞൊഴുകാനും തുടങ്ങി. അമ്മ എന്താണെന്താണെന്ന് അവളോടു ചോദിച്ചുകൊണ്ടിരുന്നു. പശ്ചിമബംഗാളിലെ ഒരു പോലീസ് സ്റ്റേഷനിൽ നിന്നുള്ള കത്തായിരുന്നു അത്. അച്ഛൻ മരിച്ചിരിക്കുന്നു. ദാൻ കുനിയിലെ ആശുപത്രിയിൽ സൂക്ഷിച്ചിട്ടുള്ള മൃതദേഹത്തിന്റെ ചിത്രം കത്തിനോടൊപ്പമുണ്ട്. ഒരു തവണയേ അവളതിൽ നോക്കിയുള്ളൂ. കണ്ണു പകുതി തുറന്ന്, മുഖത്തെന്തൊക്കെയോ പാടുകളുമായി, വായ തുറന്നിരിക്കുന്ന നിലയിൽ അച്ഛന്റെ ചിത്രം. കത്ത് അവളുടെ കയ്യിലിരുന്ന് വിറച്ചു. പെട്ടെന്നത് ചുരുട്ടിയെറിഞ്ഞ് അവൾ ഉറക്കെ നിലവിളിച്ചു. അവൾക്കൊന്നും മറയ്ക്കാനാവുമായിരുന്നില്ല. ഒരുവിധത്തിൽ എല്ലാവരോടുമായി അത് പറഞ്ഞൊപ്പിക്കുമ്പോഴേക്കും വീട് നിലവിളികളിൽ മുങ്ങിപ്പോയി. സൈക്കിളിന്റെ മുൻതണ്ടിൽ തന്നെപ്പിടിച്ചിരുത്തി പാലത്തിനപ്പുറമുള്ള കൊക്കയിലേക്ക് അതിവേഗത്തിലച്ഛനത് ഓടിച്ചുപോവുകയാണെന്ന് അവൾക്കുതോന്നി.

പകൽ മുഴുവൻ കരഞ്ഞ് സന്ധ്യയായപ്പോഴാണ് ചുരുട്ടിയെറിഞ്ഞ കത്തുതുറന്ന് ബാക്കിയവൾ വായിച്ചത്. മൃതദേഹത്തിലെ പേഴ്സിൽ നിന്നും കിട്ടിയ വിലാസത്തിലാണ് ഈ കത്തെന്നും ബന്ധുക്കൾക്കായി മൃതദേഹം സൂക്ഷിച്ചിട്ടുണ്ടെന്നും ആരെങ്കിലുമെത്തുന്നുണ്ടോയെന്ന് കത്തിലുള്ള ഫോൺ നമ്പറിൽ ഉടനെ അറിയിക്കണമെന്നും അറിയിപ്പൊന്നുമില്ലെങ്കിൽ അടുത്ത പത്താം തീയതി അജ്ഞാതജഡമായി മൃതദേഹം സംസ്കരിക്കുമെന്നും കത്തിലുണ്ട്.

അച്ഛന്റെ എന്നെന്നേക്കുമായുള്ള ഒളിച്ചോട്ടം അവൾക്ക് താങ്ങാനായില്ല. അവൾക്ക് അച്ഛനെ അത്രയേറെ ഇഷ്ടമായിരുന്നു. എല്ലാ ദുരിത പാതകളും താണ്ടി ഒരു ദിവസം അച്ഛൻ മടങ്ങിയെത്തുമെന്നുതന്നെ അവൾ വിശ്വസിച്ചിരുന്നു. ദാൻകുനിയിലെ ആശുപത്രിയിൽ എല്ലാം അവസാനിച്ചിരിക്കുന്നു.

അവൾക്കവിടെ പോയേതീരൂ എന്നുതോന്നി. പെട്ടെന്നുതന്നെ ഒരിക്കലും നടക്കാനിടയില്ലാത്ത കാര്യമാണതെന്ന് അവൾ മനസ്സിലാക്കി. അവിടെയെത്താനുള്ള പണം അവരുടെ കൈവശമില്ല. പണമുണ്ടായാൽപ്പോലും അവൾക്ക് തനിയെ എത്തിപ്പെടാവുന്ന ഇടമല്ല അത്. അവളെ കൊണ്ടുപോകാൻ ആരുമില്ല.

അന്നവരുടെ വീട്ടിൽ ഒന്നും വെച്ചില്ല. പിറ്റേന്ന് അവൾ തന്നെ അമ്മയോടു പറഞ്ഞു. രാധയ്ക്കും ദേവിയ്ക്കും എന്തെങ്കിലും കൊടുക്കണമെന്ന്. കുറച്ചുകഞ്ഞികുടിക്കാൻ അമ്മ സീതയെ നിർബന്ധിച്ചു. അച്ഛനൊരിടത്ത് മറവുചെയ്യാതെ കിടത്തപ്പെട്ടിരിക്കുമ്പോൾ എങ്ങനെയാണ് തനിക്കതിറങ്ങിപ്പോവുക എന്നവൾ അമ്മയോട് ചോദിച്ചു.

അവൾ കോളേജിൽ പോയതേയില്ല. അച്ഛനോടൊപ്പം വെളിമ്പറമ്പുകളിലും കാലികൾക്കു പിന്നാലെയും അവളുടെ ഓർമകൾ അലഞ്ഞു നടന്നു. തണുപ്പേറിയ പുഴവെള്ളത്തിലേക്കെടുത്തിട്ട് അച്ഛനവളെ നീന്തൽ പഠിപ്പിച്ചതും അവൾ ഓർത്തു. മുങ്ങിത്താഴാമായിരുന്ന രണ്ടുമൂന്നവസരങ്ങളിൽ അച്ഛന്റെ കൈത്തണ്ട താങ്ങി നിറുത്തേണ്ടിയിരുന്നില്ലെന്ന് അവൾ വിചാരിച്ചു.

ഇന്ന് പത്താം തീയതിയാണ്. ആരും എത്താത്തതുകൊണ്ട് അച്ഛൻ അവകാശികളില്ലാത്ത ജഡമാവുന്ന ദിവസം. മരിച്ചുവെങ്കിലും ആരെങ്കിലുമെത്തുമെന്നു പ്രതീക്ഷിച്ചാവും അച്ഛൻ കിടന്നിരുന്നതെന്ന് അവൾക്ക് തോന്നി. കശാപ്പുമൃഗം അതിന്റെ വിധി മാറ്റിയെടുത്ത് ചിറ്റപ്പനെ കാലപുരിയിലേക്കയച്ച വിവരം അച്ഛൻ അറിഞ്ഞിട്ടില്ലല്ലോ.

ദാൻകുനി ആശുപത്രിയിലെ ചില്ലുപേടകത്തിൽ അച്ഛൻ അനങ്ങാതെ ഇപ്പോൾവരെ കിടക്കുകയാവും. നിറംപിടിപ്പിച്ച തുണികൾക്കപ്പുറത്തുനിന്നുള്ള ചലനങ്ങൾ അവസാനിപ്പിച്ച് സ്വന്തം നിഴലിനെ തന്റെ ശരീരത്തിലേക്ക് തിരിച്ചുചേർത്ത് അച്ഛനിപ്പോഴും ലോഹത്തിന്റെ തണുപ്പിൽ അമർന്നുകിടക്കുകയാവും. നിഴൽനാടകത്തിന്റെ അന്ത്യത്തിൽ അച്ഛന്റെ മനസ്സിൽ എന്താണുണ്ടായിരുന്നതെന്ന് അവൾക്ക് സങ്കൽപിക്കാൻ കഴിഞ്ഞില്ല.

അച്ഛൻ പണിതുതന്ന ഒറ്റമുറിവീട്ടിൽ ഞങ്ങൾ ഏഴുപേരും അച്ഛനെപ്പോലെത്തന്നെ അനങ്ങാനാവാതെ കിടക്കുകയാണ്. അവൾക്ക് ചിത്രത്തിൽ കണ്ടതിനുമുൻപുള്ള അച്ഛന്റെ മുഖം ഓർമവന്നു. അവൾ ചോദിച്ചു: നമ്മെപ്പോലുള്ളവർ ഒരിക്കലും രക്ഷപ്പെടാത്തതെന്താണച്ഛാ?

അജ്ഞാത കാരണങ്ങളാൽ മരണപ്പെട്ടവർക്ക് അജ്ഞാതജഡമാവാനേ കഴിയുകയുള്ളൂ എന്നവൾ വിചാരിച്ചു. അച്ഛനെ അവർ സംസ്കരിക്കുന്നത് എപ്പോഴാണെന്ന് അവൾക്കറിയില്ല. രാവിലെത്തന്നെ സീത പുഴയിലേക്കിറങ്ങി. മുങ്ങിക്കുളിച്ച് ഈറനായി അവൾ കരയ്ക്കുകയറി. മുട്ടുമടക്കി അവൾ പുഴക്കരയിലെ മണലിൽ നമസ്കരിക്കാൻ ഒരുങ്ങിയിരുന്നു.

പൊടുന്നനവെ പുഴയ്ക്കക്കരെ നിന്നും തമ്പേറുകളുടെ സ്വരമുയർന്നു. ഉളുതയിൽ നിന്നും നിലവിളിപോലൊരു ഈണം പുഴമുറിച്ചുകടന്നു. പറച്ചെണ്ടകൾ വളരെ ഇഴഞ്ഞ താളത്തിൽ ശബ്ദമുയർത്തി.

അവൾ കണ്ണടച്ച് അച്ഛനെ ഓർമിച്ചു. ഒരു കാക്ക പുഴവെള്ളത്തിൽ കൊത്തി മുകളിലേക്ക് പറന്നു. സംസ്കാരം തുടങ്ങിക്കാണുമെന്നവൾ കരുതി.

മുട്ടുനിവർത്താതെ, കൈ ശിരസ്സിനുമേലെ നീട്ടി, ഭൂമിയിലേക്കു മുങ്ങാംകുഴിയിടുന്നതുപോലെ സീത നെറ്റിത്തടം മണൽത്തിട്ടയോടു ചേർത്തു.
■

ഒറ്റാൾ

ടേബിൾ കലണ്ടറിലെ കഴിഞ്ഞ മാസത്തിന്റെ കട്ടിക്കടലാസിനെ സ്പൈറൽ ബൈന്റിംഗിലൂടെ ശ്രദ്ധാപൂർവം ഭൂതകാലത്തിലേക്ക് കടത്തി വിടുകയായിരുന്നു അവൾ.

അന്ന, ഒരു മാസംകൂടി കഴിഞ്ഞുവല്ലെ എന്ന എന്റെ ചോദ്യത്തിന് മറുപടി പറയാതെ അവൾ തറയിലേക്ക് നോക്കിയിരുന്നു. അന്നലക്ഷ്മി എന്ന അവളുടെ പേരിന്റെ ആദ്യഭാഗം അടർത്തിയെടുത്ത് അങ്ങനെ വിളിച്ചതിൽ അവൾക്ക് പരിഭവമുണ്ടാകും. കാങ്കൂർ ഗച്ചിയിലെ വാടകവീട്ടിൽ പാർപ്പുതുടങ്ങിയ ദിവസം ആദ്യമായി അങ്ങനെ വിളിച്ചത് ഞാൻ ഓർമ്മിച്ചു. അങ്ങനെ വിളിച്ചാൽ മതം മാറുന്നതായി തോന്നുമെന്നായിരുന്നു അവളുടെ പ്രതികരണം. പേരിലെ രണ്ടാം ഖണ്ഡം ആർദ്രമായി ഉരുവിട്ട ചുണ്ടുകൾകൊണ്ട് അവളുടെ നെറ്റിയിലെ കുങ്കുമം മായ്ച്ചുകളഞ്ഞാണ് ഞാനന്നാ സങ്കടം തീർത്തെടുത്തത്.

വഴിയരികിലെ വഴിപാടിനു വച്ച ചെമ്പരത്തി മാലകളുടെ നീണ്ടനിരയും ദുർഗാപൂജയ്ക്കുള്ള വിഗ്രഹങ്ങളും കടന്ന് റെയിൽവെ സ്റ്റേഷനിൽ നേരത്തെ തന്നെ എത്തിപ്പെട്ടതിന്റെ ആശ്വാസത്തിൽ ഞാൻ കഴുത്തിലെ ടൈ അൽപം അയച്ചിട്ടു.

ട്രെയിനിൽ തിരക്ക് കുറവായിരുന്നു. അരികിൽ വന്ന് ഇരിപ്പുപിടിച്ച കറുത്ത കുപ്പായക്കാരനെ ഒരു നിമിഷം ശ്രദ്ധിച്ച് ഞാൻ ഓഫീസ് രേഖകളുടെ ചെറിയ ഫയൽ തുറന്നു. കറുത്ത കുപ്പായക്കാരൻ പെട്ടെന്നെഴുന്നേറ്റ് എനിക്കൊരു ഹസ്തദാനം സമ്മാനിച്ചുകൊണ്ട് അയാളെ പരിചയപ്പെടുത്തി. അപൂർബ ഘോഷ്. ഞാൻ ജോലി ചെയ്യുന്ന അതേ കമ്പനിയിലെ എന്നെപ്പോലൊരു സെയിൽസ് എക്സിക്യൂട്ടീവാണയാൾ. ആചാരാനുഷ്ഠാനങ്ങളോടെയുള്ള കുടുംബവിവരങ്ങളും മറ്റും പങ്കുവെച്ച് ഞങ്ങൾ രണ്ടു മേഖലകളിലേക്കായി വേർപിരിഞ്ഞു.

മോട്ടോറുകളും പമ്പുസെറ്റുകളും സ്പ്രേയറുകളും ഗ്രൈൻഡറുകളുമൊക്കെ നിർമ്മിക്കുന്ന കമ്പനിയുടെ സെയിൽസ് വിഭാഗത്തിൽ അടുത്തിടെയാണ് ഞാൻ ചേർന്നത്. ലക്ഷ്മിയേയും കൂട്ടി നാട്ടിൽ നിന്നെത്തി താമസം തുടങ്ങിയ എനിക്ക് കമ്പനി വാഗ്ദാനം ചെയ്ത ഉയർന്ന

പ്രതിഫലം വലിയ പ്രലോഭനം തന്നെയായിരുന്നു. അല്ലെങ്കിൽ രണ്ടു വർഷത്തെ ബോണ്ടിനെപ്പറ്റി ഞാൻ ഒന്നുകൂടി ആലോചിക്കുമായിരുന്നു. ഐഡി രേഖകളും സർട്ടിഫിക്കറ്റുകളും ബോണ്ട് കാലാവധിയിൽ കമ്പനി സൂക്ഷിക്കുമെന്ന വ്യവസ്ഥയും എനിക്കു സ്വീകാര്യമായത് അതേ ഉയർന്ന ശമ്പളം കൊണ്ടാണ്. ബോണ്ട് ലംഘിച്ചാലുള്ള കനത്ത നഷ്ടപരിഹാര ത്തുകയും എന്നെ പേടിപ്പിച്ചില്ല.

ഭവാനിപൂരിലേയും ചൗരംഗിയിലേയും കക്ഷികളെക്കണ്ട് വീട്ടിലേക്കു മടങ്ങിയത് കാലുകളെ വലിച്ചിഴച്ചുകൊണ്ടാണ്. അത്രമേൽ തളർന്നുകഴി ഞ്ഞിരുന്നു. വിൽക്കാനുള്ളവയെപ്പറ്റിയുള്ള വിവരണങ്ങളും അതിനു നേർക്കുവരുന്ന സംശയങ്ങളും തമ്മിൽ ഒരിക്കലും അവസാനിക്കാത്ത മത്സരമാണ്. അവതരണത്തിലെ ക്ലിഷ്ടതകളും ക്ഷീണവും വിപണി കൊണ്ടുവരുന്ന സമ്മർദ്ദവുമൊക്കെ ചേർന്ന് ചില നേരം എനിക്ക് കരച്ചിൽ വരും. എന്റെ കമ്പനി നിശ്ചയിച്ചിട്ടുള്ള വിപണന തന്ത്രങ്ങളിൽ കരച്ചി ലിന് സ്ഥാനമില്ലാത്തതുകൊണ്ട് ഞാനതൊക്കെയങ്ങ് വിഴുങ്ങിക്കളയും. അത്തരം ദിവസങ്ങളിൽ അന്ന എന്നു വിളിച്ച് ലക്ഷ്മിയെ ചൊടിപ്പിക്കാതി രിക്കാൻ പോലും ഞാൻ ശ്രദ്ധിക്കും. കാരണം അത്തരം ചെറിയ പ്രതി രോധങ്ങൾക്കുപോലും വീഴ്ത്താൻ പാകത്തിന് ഞാൻ അന്നേരം ക്ഷീണ ത്തിന്റെ എവറസ്റ്റിലായിരിക്കും.

പിറ്റേന്ന് എസ്പ്ലനേഡിലേക്കുള്ള യാത്രക്കിടയിൽ എന്നോടൊപ്പം അപൂർബഘോഷ് ഉണ്ടായിരുന്നു. അയാൾ എന്നിലേക്കു നിറച്ചുതന്ന അറിവുകൾ കഠിനമായിരുന്നു. കമ്പനിയുടെ മിക്ക ഉൽപന്നങ്ങളും ഗാരന്റി കാലാവധി കഴിയുമ്പോഴെക്കും ഉപയോഗശൂന്യമാവും. അത്രകാലം അവ ഏന്തി വലിച്ചുപ്രവർത്തിച്ചാൽ ഭാഗ്യം. കൂടെക്കൂടെ കമ്പനി ബ്രാൻഡ് പേരു കൾ ഉപേക്ഷിക്കുകയും പുതിയവ കണ്ടെത്തുകയും ചെയ്യുന്നു. ഒപ്പം പ്രശ സ്തമായ മോഡലുകൾ അതീവരഹസ്യമായി വ്യാജലേബലിൽ പുറത്തി റക്കുന്നു. എല്ലാ വ്യാജബ്രാൻഡുകൾക്കും ഗുണനിലവാരം ഏറിയവയുടെ വില ഈടാക്കി കമ്പനി ഉപഭോക്താക്കളെ കൊള്ളയടിക്കുകയാണ്. ഘോഷ് എന്റെ ചുമലിൽ സ്പർശിച്ചുകൊണ്ടുപറഞ്ഞു: സുമൻ, നിങ്ങ ളുടെ അതേ തസ്തികയിലാണ് ഞാൻ. അതേ ബോണ്ട്, അതേ ഉയർന്ന നഷ്ടപരിഹാരത്തുക നൽകണം. വ്യവസ്ഥാസമയത്തിനുള്ളിൽ പുറത്തു പോകാതിരിക്കാൻ എന്റെ രേഖകളും കമ്പനിയുടെ സേഫിനുള്ളിലാണ്. നിങ്ങളെപ്പോലെ, ഇതൊന്നുമറിയാതെ കമ്പനിയുടെ വമ്പൻ പരസ്യത്തിൽ കുടുങ്ങി ഞാനും ഇവിടെ എത്തിപ്പെട്ടതാണ്.

എനിക്കാദ്യം ഒന്നും മനസ്സിലായില്ല. ക്രമേണ ഘോഷ് പറയുന്നത് എന്റെ തലച്ചോർ പിടിച്ചെടുത്തു തുടങ്ങി. പെട്ടെന്ന് മൊബൈൽ ഫോണിന്റെ പരിധി പ്രദേശത്തേക്ക് വന്നതുപോലെ എന്റെ ചെവികളും ബോധവും പ്രവർത്തനക്ഷമമായി.

ഡീലർമാരിൽനിന്നും ഇടപാടുകാരിൽ നിന്നുമുള്ള പ്രശ്നങ്ങൾ ഒഴി വാക്കാൻ ഞങ്ങളെപ്പോലുള്ളവരുടെ തൊഴിൽ മേഖലകൾ കമ്പനി

അടിക്കടി മാറ്റിക്കൊണ്ടിരിക്കുന്നു. ആൾമാറാട്ടത്തിന് ഒരു പരിരക്ഷ അവർ ഒരുക്കുകയാണ്. ചില വിതരണക്കാർ അറിഞ്ഞുകൊണ്ട് ഞങ്ങൾക്കൊപ്പം കൂടുന്നത് വലിയ വിൽപനലാഭം നേടാനാണ്.

കാങ്കൂർഗച്ചിയിൽ വണ്ടിയിറങ്ങുകയായിരുന്ന ഞാൻ ചിന്തിച്ചത് ഒന്നു മാത്രമാണ്. സ്വയമറിയാതെ ഞാനും ഒരു തട്ടിപ്പുസംഘത്തിന്റെ പ്രചാരകനും നിർവാഹകനുമൊക്കെയായി മാറുന്നു. സത്യം വിജയിക്കുന്ന ഒരു നൂറു പാഠങ്ങൾ അമ്മ കുട്ടിക്കാലത്ത് എന്റെ തലയിലേക്ക് കടത്തിവിട്ടിട്ടുണ്ടായിരുന്നു. സത്യസന്ധതയ്ക്ക് സമ്മാനം വാങ്ങുന്നവരെപ്പറ്റിയുള്ള ചിത്രകഥകൾ കൊണ്ട് അമ്മ എന്റെ ബാല്യത്തെ വർണാഭമാക്കിയിരുന്നു. നുണ പറയുന്നവർക്കു വിധിച്ച വറചട്ടിക്ക് മുകളിലൂടെയുള്ള നൂൽക്കമ്പി യാത്രയുടെ കഥകൾ കൊണ്ട് എന്നെ പേടിപ്പിക്കാനും അമ്മ മറന്നിരുന്നില്ല. ധർമ്മം ശരണം ഗച്ഛാമിയും സത്യമേവ ജയതേയും ഉറക്കെ വായിപ്പിച്ച് എന്റെ ഉറക്കം തൂങ്ങിയുള്ള വായനകളെ അമ്മ സാധകം ചെയ്യിച്ചിരുന്നു. എല്ലാ രേഖകളും അടിയറ വെച്ച് ഞാൻ നേടിയെടുത്ത ഉയർന്ന വരുമാനമുള്ള ഈ ജോലി അമ്മയെ ഒരിക്കലും സന്തോഷിപ്പിക്കില്ല എന്ന അറിവു മാത്രം മതിയായിരുന്നു ഞാൻ ഖിന്നനാകാൻ. ദൈവത്തെക്കാളേറെ അമ്മയെ സ്നേഹിച്ചിരുന്ന എനിക്ക് ഇനി എന്തുവേണമെന്ന് പിടിയില്ലാതായി.

വീട്ടിലെത്തി ഞാൻ ലക്ഷ്മിയെ വിളിച്ചത് അവൾക്ക് ഇഷ്ടപ്പെടാത്ത സംബോധനയുടെ ക്ഷമാപണം പോലെയാണ്. വാതിൽ തുറന്നുവന്ന അവളെ മുറിയിൽ കയറിയ ഉടൻ ഞാൻ കെട്ടിപ്പിടിച്ചു. അത്രമേൽ ഞാൻ നിരാലംബനായിരുന്നു. ഇരുവർക്കും വണ്ണമില്ലാത്തതുകൊണ്ട് സയൻസ് ലാബിലെ അസ്ഥിപഞ്ജരങ്ങളുടെ ആലിംഗനം ഓർമ്മ വരുന്നുവെന്നും ഭക്ഷണം കൂടുതൽ കഴിച്ച് വാഴത്തടപോലെ തുടുക്കണമെന്നുമുള്ള പഴയൊരു ഫലിതം അവൾ ആവർത്തിച്ചു.

പിടിക്കപ്പെടാതിരിക്കാനാണ് ജോലിയിൽ ചേർന്ന് ആഴ്ചകൾക്കുള്ളിൽ ത്തന്നെ എന്റെ സേവനമേഖല കമ്പനി മാറ്റിയതെന്ന തിരിച്ചറിവിൽ ഞാൻ കട്ടിലിലേക്ക് വീണു.

കട്ടിലിന്റെ മേൽക്കട്ടിയിൽ മഴത്തുള്ളികളെ ഓർമ്മിപ്പിക്കുന്ന അലുക്കുകൾ തൂക്കിയിട്ടിരുന്നു. ഫാനിന്റെ കറക്കത്തിൽ അവ ചലിച്ചു. കട്ടിലിലേക്ക് മഴ പാറിവരുന്ന പ്രതീതി. വാടകവീടിനെ പ്രണയ പൂരിതമാക്കാൻ ആരോ പണിതു വച്ചതാണത്. ഞാനെഴുന്നേറ്റ് മേൽക്കട്ടിയിൽ നിന്നും വ്യാജ മഴയെ മുറിയുടെ മൂലയിലേക്ക് തള്ളി.

നിലവാരം തീരെകുറഞ്ഞ വസ്തുക്കൾ ഉയർന്ന നിലവാരത്തിലുള്ള വയുടെ വിലയ്ക്ക് വിൽക്കുന്നത് കടുത്ത വഞ്ചനയാണെന്ന വിചാരത്തിൽ എനിക്ക് ഉറക്കം നഷ്ടപ്പെട്ടു. ഉയർന്ന വിലകൊടുത്ത് വാങ്ങുന്നവരുടെ മുന്നിൽ ചുരുങ്ങിയ കാലം കൊണ്ട് അവ വലിച്ചെറിയേണ്ട പാഴ്‌വസ്തുവാകുന്നു. ഇല്ലാത്ത പണമുണ്ടാക്കി അവ വാങ്ങുന്ന നിരാലംബരായ

മനുഷ്യരെപ്പറ്റിയുള്ള ഓർമ്മ എന്നെ വല്ലാതാക്കി. പിറ്റേന്നുറക്കമുണർന്ന് കണ്ണാടിയിൽ നോക്കിയ എനിക്ക് ഒരു ചതിയന്റെ പരുങ്ങലുകൾ മുഴുവൻ എന്റെ മുഖത്ത് പടർന്നു പിടിച്ചതായി തോന്നി. അപൂർബഘോഷിനെ ക്കാണുന്നതിനുമുമ്പുള്ള ആളല്ല ഞാനെന്നുപോലും എനിക്ക് സംശയമു ണ്ടായി. നിശ്വാസങ്ങളും സ്പർശങ്ങളും തമാശകളും കൊണ്ട് എന്നെ സാധാരണ നിലയിലേക്ക് തിരിച്ചുകൊണ്ടുവരാൻ അന്നലക്ഷ്മി ശ്രമിക്കാ തിരുന്നില്ല. ആത്മനിന്ദയുടെയും കടുത്ത നിരാശയുടെയും കുറ്റബോധത്തി ന്റെയും പുതിയ മേഖലകളിലേക്ക് ഞാൻ നാടുകടത്തപ്പെട്ടുകഴിഞ്ഞിരു ന്നതിനാൽ അതൊന്നും ഫലവത്തായില്ലെന്നുമാത്രം.

ഗിരീഷ് പാർക്കിലേക്കുള്ള മെട്രോ യാത്രയിലായിരുന്നു ഞാൻ. ഭൂമി ക്കടിയിലുള്ള സ്റ്റേഷനുകൾ പിന്നിട്ട് ട്രെയിൻ കുതിച്ചുകൊണ്ടിരുന്നു. തനിയെ തുറന്നടയുന്ന വാതിലുകൾ മിന്നൽവേഗത്തിൽ യാത്രക്കാരെ പുറംതള്ളുകയും സ്വീകരിക്കുകയും ചെയ്തു. ഓർമ്മയുടെ പോക്കുവര വുകൾ നിലച്ച് എന്റെ ഐ.ക്യൂ. മാത്രം ഒരേ ബിന്ദുവിൽ തറച്ചു നിന്നു.

എന്റെ അടുത്തുനിൽക്കുകയായിരുന്ന രണ്ടുപേരുടെ സംസാരം ചെവി തുളച്ചുകയറാൻ തുടങ്ങിയത് അന്നേരമാണ്. ഈയിടെ നിർത്തലാക്കിയ ഞങ്ങളുടെ ഉൽപന്നം വാങ്ങിയ കഥയാണൊരാൾ പറയുന്നത്. പഹ്‌ലാ വൈശാഖ് ആഘോഷിക്കുന്നതിനു വച്ചിരുന്ന പണമെടുത്ത്, കുട്ടികളുടെ നിരാശയും, ചികിത്സപോലും ഉപേക്ഷിക്കുന്നതുമൊക്കെ മറികടന്നാണ് അയാൾ അത് വാങ്ങിയത്. ഇരുമ്പു വിലയ്ക്കത് തൂക്കി വിറ്റെന്ന് പറഞ്ഞ് അയാൾ ശപിച്ചത് അത് നിർമ്മിച്ചവരെയല്ല. അത് വിറ്റു നടക്കുന്നവർക്ക് ഒരിക്കലും ഗതിപിടിക്കില്ലെന്ന് അയാൾ പറയുമ്പോഴേക്കും ഗിരീഷ് പാർക്കി ലേക്കുള്ള കവാടം തുറന്നു. തിരിച്ചറിഞ്ഞിരുന്നെങ്കിൽ അയാളെന്നെ പാള ങ്ങളിലേക്കു വലിച്ചെറിയുകയോ ടൈ കൂട്ടിപിടിച്ച് ട്രെയിനിന്റെ ഇരുമ്പു വാതിലിൽ തലതകർക്കുകയോ ചെയ്യുമായിരുന്നു എന്നു ഞാൻ കരുതി.

മഞ്ഞച്ചുകിടന്ന നഗരത്തിലൂടെ വണ്ടികൾ നിലവിളിച്ചു പാഞ്ഞു. കമ്പനിക്കെതിരെ കേസ് കൊടുക്കുന്നതിനെപ്പറ്റി ഞാൻ ഘോഷിനോട് ആലോചിച്ചതാണ്. സർട്ടിഫിക്കറ്റുകളും ബോണ്ടുകളും ആവശ്യമില്ലാത്ത ഒരു ലോകത്തേക്ക് പോകാൻ താൽപര്യപ്പെടരുതെന്ന് പറഞ്ഞ് ഘോഷ് എന്നെ തടഞ്ഞു. ഒരേറ്റുപറച്ചിലിന് തന്നെ അത്തരത്തിൽ ഞാൻ കൂടി ശിക്ഷിക്കരുതെന്നു പറഞ്ഞ് ഘോഷ് എന്റെ കൈപിടിച്ചു. ബാരനഗറിലെ വീട്ടിൽ തന്നെക്കാത്ത് അഞ്ചുപേർ കൂടിയുണ്ടെന്ന് അയാൾ പറഞ്ഞപ്പോൾ ഞാൻ പിൻവാങ്ങുകയായിരുന്നു.

അന്നു രാത്രി പനീറും റൊട്ടിയും കഴിച്ചുകൊണ്ടിരുന്നപ്പോൾ ഞാൻ ലക്ഷ്മിയോട് എന്റെ നിലയെപ്പറ്റി പറഞ്ഞു. അനന്തമായി അവളെ ആശങ്ക പ്പെടുത്തേണ്ടെന്നുകരുതിയാണ് ഞാനത് പറഞ്ഞതെങ്കിലും അവൾ അതിലും വലിയ സംഭ്രാന്തിയിലായി. ജോലി ഉപേക്ഷിക്കാമെന്നവൾ സമാ ശ്വസിപ്പിച്ചു. കമ്പനിക്കു നഷ്ടപരിഹാരം നൽകാനുള്ള പണം എങ്ങനെ

കണ്ടെത്താമെന്നതിനെപ്പറ്റിയോ രേഖകൾ തിരിച്ചുകിട്ടാതെ എങ്ങനെ മറ്റൊരിടത്തു കയറാനാകുമെന്നതിനെപ്പറ്റിയോ അവൾക്കൊന്നും പറയാനില്ലായിരുന്നു. അടിമപ്പണി കറുത്തവരുടെ മാത്രം വിധിയല്ലെന്നുപറഞ്ഞ എന്റെ ശബ്ദം ഇടറിക്കാണണം. അന്നലക്ഷ്മി എന്റെ കവിളിൽ മൃദുവായി തലോടി.

ട്രാമിൽ നിന്നിറങ്ങി നടക്കുമ്പോഴോ, തിരക്കിൽ മുങ്ങുമ്പോഴോ ഓരോരുത്തരെയും ഞാൻ ശ്രദ്ധിച്ചു. ഞാൻ സമീപിച്ചിട്ടുള്ള ഏതെങ്കിലുമൊരു ഡീലർ അക്കൂട്ടത്തിലുണ്ടോയെന്നും വില്ക്കാനായി ഞാനെത്തിയ ഏതെങ്കിലും കടകളിൽ അന്നേരമുണ്ടായിരുന്ന ഒരു വാങ്ങൽക്കാരൻ അതിനിടയ്ക്കുണ്ടോയെന്നും എന്റെ കണ്ണുകൾ സദാ തിരഞ്ഞുകൊണ്ടിരുന്നു. ഇടവഴികളിൽ നിന്നോ റസ്റ്റോറന്റിൽ നിന്നോ ആരെങ്കിലും എന്റെ മേൽ ചാടിവീഴുമെന്ന് ഞാൻ എപ്പോഴും ഭയന്നു. സിയാൽഡയിലൂടെയും ബിബിഡി ബാഗിലൂടെയും തിരക്കേറിയ വൈകുന്നേരങ്ങളിൽ നടക്കാതിരിക്കാൻ ഞാൻ എപ്പോഴും ശ്രദ്ധിച്ചു.

അന്നു രാത്രി അന്നലക്ഷ്മി ഒരു കൊച്ചുകുഞ്ഞിനെപ്പോലെ എന്നെ മടിയിൽ പിടിച്ചിരുത്തി. പറയുന്നതുകേൾക്കാൻ ക്ഷമയുണ്ടാകണമെന്ന ആമുഖത്തിൽ അവൾ തുടങ്ങി. അവളും ഒരു വ്യാജനിർമ്മിതിയാണ്. ഏതോ കമിതാക്കളാൽ ഉപേക്ഷിക്കപ്പെട്ടവൾ. ദത്തെടുത്ത അച്ഛനമ്മമാർക്ക് രഹസ്യം സൂക്ഷിക്കുക എളുപ്പമായിരുന്നു. നഗരങ്ങളിൽ നിന്നും നഗരങ്ങളിലേക്കു തന്നെ സ്ഥലമാറ്റങ്ങൾ വാങ്ങി, ബന്ധുക്കളിൽ നിന്ന് അകന്നു നിന്ന്, അവർ ആ രഹസ്യം സൂക്ഷിച്ചുപോന്നു. ഒടുവിൽ അവൾക്ക് സുമനെപ്പോലൊരു വരനെ അവർ കണ്ടെത്തി. കല്യാണത്തിനു രണ്ടുനാൾ മുമ്പ് അവർ ഒരു മോക്പത്രസമ്മേളനം നടത്തിയതെന്തിനാണെന്ന് മാത്രം ഇപ്പോഴുമറിയില്ല. ചിലരെ ചില ഘട്ടങ്ങളിൽ പിടികൂടുന്ന ഉയർന്ന നീതിബോധത്തിന്റെ പ്രതിഫലനമാകാമത്. അല്ലെങ്കിൽ അവൾ കൂടൊഴിഞ്ഞു പോരുമ്പോൾ സത്യം അറിഞ്ഞുകൊള്ളട്ടെ എന്നവർ കരുതിക്കാണും. അവരുടെ കാലശേഷം ഏതെങ്കിലുമൊരു പ്രാദേശികപരദൂഷണക്കാരൻ അവളുടെ മുമ്പിൽ ഒരു വെളിപ്പെടുത്തൽ നടത്തിയാൽ പിടിച്ചു നിൽക്കാൻ അല്പം മുൻകൂർ ആത്മബലം ഉണ്ടായിരിക്കട്ടെ എന്നും അവർ വിചാരിച്ചിരിക്കാം. ഉള്ളിൽ നീറിയിരുന്ന ഒരു മറച്ചുവെയ്ക്കലിന്റെ കുറ്റബോധം അവർ ഒഴുക്കിക്കളഞ്ഞതാവാം.

എനിക്കതൊന്നുമല്ല തോന്നിയത്. എന്റെ ജീവസന്ധാരണത്തിന്റെ വഴി ഉൾക്കാഴ്ചയിലൂടെ തിരിച്ചറിഞ്ഞ അവർ അർഹതപ്പെട്ട ഒരു വധുവിനെയാണ് നിനക്കു കിട്ടിയിരിക്കുന്നതെന്ന് എന്നോട് പറയുകയാണ്. എന്നെപ്പോലെ തന്നെയാണവൾ. മറ്റാരോ ചെയ്ത കുറ്റത്തിന്റെ ഇര. വ്യാജവസ്തുക്കൾ വില്ക്കണമെന്ന് ഞാനൊരിക്കലും വിചാരിച്ചിട്ടില്ല. മറ്റുള്ളവർ അങ്ങനെ സൃഷ്ടിക്കുന്നത് വില്ക്കാൻ വിധിക്കപ്പെട്ട ഒരടിമ മാത്രമാണ് ഞാൻ. ശാപങ്ങളുടെ വെലോസിറ്റിയെപ്പറ്റി എനിക്കറിയില്ല. എങ്കിലും ലക്ഷ്മി ഉർവ്വരയാകാത്തത് അതുകൊണ്ടാണെന്നുപോലും ഞാൻ ഭയന്നു.

മറ്റുള്ളവർ ചെയ്യുന്ന കുറ്റങ്ങളുടെ ഇരകളായിത്തീരുന്ന ഞങ്ങൾ പരസ്പരം സമാശ്വസിപ്പിക്കേണ്ട ഘട്ടത്തിലെത്തിക്കഴിഞ്ഞു. അവളെ ആലിംഗനം ചെയ്യുമ്പോൾ സയൻസ് ലാബിലെ അസ്ഥിപഞ്ജരങ്ങളെ ഞാൻ മറക്കാൻ ശ്രമിച്ചു.

ഞാൻ ജോലിക്കുപോയിട്ട് ഒരാഴ്ചയാകുന്നു. അംഗീകാരമില്ലാത്ത വിട്ടുനിൽക്കൽ. അപൂർബഘോഷ് പലതവണ എന്നെ വിളിച്ചു. തന്റെ ഏറ്റുപറച്ചിൽ കുഴപ്പങ്ങൾ ഉണ്ടാക്കിയോ എന്നയാൾ ഭയന്നു കാണണം.

ഘോഷ് പറഞ്ഞതൊക്കെയും ശരിയാണോയെന്നറിയാൻ ഒരു ദിവസം കമ്പനിയുടെ നിർമ്മാണശാലവരെ പോകാൻ ലക്ഷ്മി എന്നെ നിർബന്ധിക്കുന്നുണ്ട്. ഒടുവിൽ ഞാനതിനൊരുങ്ങി.

വഴിയെ നടക്കുമ്പോൾ ഞാൻ സപ്തമണ്ഡലിനെ കണ്ടു. തന്റെ വീട് സൗരവ് ഗംഗുലിയുടെ വീടിനടുത്താണെന്ന് അഭിമാനത്തോടെ പറയുന്ന അയാളെ എനിക്കിഷ്ടമാണ്. ഇഷ്ടപ്പെട്ട ഒരാളെയെങ്കിലും നിരത്തിൽ കണ്ടുമുട്ടിയത് എന്നെ സമാശ്വസിപ്പിച്ചു.

അന്വേഷിച്ചു നടന്ന് ഞാൻ ഞങ്ങളുടെ നിർമ്മാണ കമ്പനി കണ്ടുപിടിച്ചു. വർക്ക് സൈറ്റിനപ്പുറമുള്ള ഓഫീസിലേക്ക് നടക്കുമ്പോൾ നിർത്തലാക്കിയതും വിൽപനയിലുള്ളതും വരാനിരിക്കുന്നതുമായ ബ്രാൻഡുകളുടെ ലേബലുകൾ ഒട്ടിച്ച ഞങ്ങളുടെ ഉൽപന്നങ്ങൾ നിരന്നുകിടക്കുന്നതു ഞാൻ കണ്ടു. ഭൂതവും വർത്തമാനവും ഭാവിയും ഒന്നിച്ചുകണ്ട് സ്തംഭിച്ച് പോയി. അവാസ്തവങ്ങൾ വിളംബരം ചെയ്യുന്ന വിചിത്രരേഖകളിൽ ഞാൻ സൂക്ഷിച്ചുനോക്കി. അപൂർബഘോഷ് പറഞ്ഞതിലൊന്നും കളവില്ല. കളവുകൾ എന്റെ മുന്നിലാണ് നിറഞ്ഞുകിടക്കുന്നത്. അവ കടന്ന് ഞാൻ ഞങ്ങളുടെ മേധാവിയുടെ അടുത്തെത്തി. സുഖമില്ലെന്ന എന്റെ മറുപടി ഒരാഴ്ചത്തെ അവധിക്കുള്ള കാരണമാകുന്നില്ലെന്നയാൾ. സത്യമല്ലല്ലോ ഞാൻ പറയുന്നതെന്ന വിചാരമൊന്നും എനിക്കുണ്ടായിരുന്നില്ല. കാരണം സുഖം എന്നത് ശരീരത്തിന്റെ മാത്രം ഒരവസ്ഥയല്ലെന്നും ശരീരത്തെക്കാൾ സുഖം മനസ്സിനാണ് വേണ്ടതെന്നും ഞാൻ ഇതിനകം പഠിച്ചിരുന്നു. അതുകൊണ്ട് എന്റെ മറുപടി സത്യസന്ധമാണ്.

ബോണ്ട് കാലാവധിക്കുമുൻപ് എന്നെ വിടുതലാക്കാമോയെന്നും രേഖകൾ മടക്കിത്തരാമോയെന്നും അയാളോട് ചോദിക്കണമെന്നുണ്ടായിരുന്നു. അയാളുടെ മുഖഭാവം എന്റെ എല്ലാ ചോദ്യങ്ങളേയും റദ്ദുചെയ്യുന്നത്ര കഠിനമായിരുന്നു.

കാങ്കൂർഗച്ചിയിലേക്കുള്ള ബസ്സിലിരുന്ന് ഞാൻ എന്റെ നിയോഗത്തെപ്പറ്റി വിചാരപ്പെട്ടു. കളവുചെയ്യുന്നവർ വളരെ സുരക്ഷിതരായി എല്ലാ സുഖസൗകര്യങ്ങളിലും മുഴുകി, വീണ്ടും വീണ്ടും അതാവർത്തിക്കുന്നു. ഒരു തെറ്റും ചെയ്യാത്ത ഞാനും അപൂർബഘോഷും മറ്റനേകം പേരും യുദ്ധഭൂമിയിലെന്നപോലെ ഓരോ വ്യക്തികളെയും ഘട്ടങ്ങളെയും നേരിടുന്നു. എപ്പോഴും പിടിക്കപ്പെടാമെന്ന ഭയപ്പാടോടെ ഞങ്ങൾ എവിടെയും

അശരണരാകുന്നു. നിർവാഹകരെ മാത്രമാണ് ആളുകൾ തിരിച്ചറിയുന്നത്. സൂത്രധാരന്മാർ എപ്പോഴും അണിയറയിൽത്തന്നെ.

എനിക്കെന്റെ സ്ഥിരബുദ്ധി നഷ്ടമാകുന്നുണ്ടോയെന്നുപോലും സംശയമായി. ഓർമ്മകൾ ശരിയായ രീതിയിലല്ല കടന്നു വരുന്നതെന്ന് ആശങ്കപ്പെട്ട് ഞാൻ വേപ്പർ വിളക്കുകാലുകളുടെ ഓരം ചേർന്ന് നടന്നു. ട്രാമുകളും കാറുകളും എന്നെ കടന്നുപോയി. എമ്പാടും ദുർഗാപൂജയ്ക്കുള്ള അലങ്കാരങ്ങളും വിഗ്രഹങ്ങളും ഒരുങ്ങുന്നുണ്ട്. അലങ്കരിച്ച വലിയ ചെണ്ട കൊട്ടി പല സംഘങ്ങൾ എന്നെ കടന്നുപോയി.

ബസ്സിലെ മരസീറ്റിലിരുന്ന് എനിക്ക് ശരീരം വേദനിച്ചു തുടങ്ങിയിരുന്നു. തലച്ചോറിന്റെ പ്രവർത്തനം ശരിയാണെന്ന് ഉറപ്പുവരുത്താൻ ഞാൻ ഓർമ്മകൾ പരിശോധിച്ചു കൊണ്ടാണ് നടന്നത്. ലേസർ ബോർഡുകൾ കണ്ട് ഞാൻ സ്വയം പറഞ്ഞു: നിക്കോൺ ഒരു ക്യാമറയുടെ പേരാണ്. അഹൂജ ഒരു സൗണ്ട് സിസ്റ്റമാണ്.

കാങ്കൂർഗച്ചി ബസ്സ്റ്റോപ്പിലെ പച്ചക്കറി കടയിൽനിന്നും ചെറുനാരങ്ങയും ഉള്ളിയും കിഴങ്ങും മറ്റും വാങ്ങി ഞാൻ വീടെത്തി. ഉറക്കത്തിൽ നിന്നെന്നതുപോലെ അന്നലക്ഷ്മി വാതിൽ തുറന്നു. നിശാവസ്ത്രത്തിന്റെ സുതാര്യതയിൽ അവളുടെ മെലിഞ്ഞ ശരീരത്തിന്റെ വടിവുകൾ തെളിഞ്ഞു വന്നു. ശരീരത്തിൽ മെല്ലെ ഉരസി അവളുടെ ഗൗൺ ഒഴുകിമാറിക്കൊണ്ടിരുന്നു. കറിയിൽ ചെറുനാരങ്ങ പിഴിഞ്ഞൊഴിച്ച് ചപ്പാത്തി കഴിക്കുന്നതിനിടെ ഞാനവളോട് പറഞ്ഞു: നമുക്ക് ആശുപത്രിയിൽ പോകണം. അവളുടെ വന്ധ്യതയുടെ കാരണങ്ങൾ തേടാൻ കുറച്ചു നാളായി ഞാനൊരുങ്ങുന്നു.

ചതിയുടെയും വഞ്ചനയുടെയും പുതുലോകക്രമത്തെപ്പറ്റി ചിന്തിച്ച് ഞാൻ ആശുപത്രിയിലെ സന്ദർശക കസേരയിൽ ഇരുന്നു. ബോണ്ട് കഴിയും വരേയോ പണമുണ്ടാക്കി രേഖകൾ തിരിച്ചെടുക്കും വരേയോ എനിക്ക് ജോലി ചെയ്തേ പറ്റൂ. എനിക്കും ഘോഷിനുമൊന്നും മറ്റുവഴിയില്ല. ഞങ്ങൾ നുണകൾ ശീലമാക്കണം. പിടിക്കപ്പെടാതിരിക്കാനുള്ള മെയ്‌വഴക്കങ്ങൾ അഭ്യസിക്കണം. ചതിയെപ്പറ്റിയുള്ള വിചാരങ്ങൾ മനസ്സിൽനിന്നും തൂത്തെറിയണം. അടിമയ്ക്ക് സ്വന്തം താൽപര്യമൊന്നുമില്ലെന്ന് എപ്പോഴും ഏറ്റുപറയണം. അമ്മ പഠിപ്പിച്ചുതന്ന മഹത് വചനങ്ങൾ പുസ്തകത്താളിൽനിന്നും പുറത്തെടുക്കരുത്.

കഴിഞ്ഞൊരു ദിവസം ഒരു ഡീലറുടെ ഛായയുള്ള ആളെക്കണ്ട് ഓർഡർ ചെയ്ത ഭക്ഷണം കഴിക്കാതെ റസ്റ്റോറന്റിൽ നിന്നും ഇറങ്ങിപ്പോന്നതാണ്. ആശുപത്രിയിൽ അന്നലക്ഷ്മിയുടെ ഗർഭാശയം വൃത്തിയാക്കപ്പെടുമ്പോൾ പോലും സംശയമുള്ള ഒരാളെ കണ്ടാൽ എനിക്കങ്ങനെ പുറത്തുപോകേണ്ടതായി വരാം. ഇതുതന്നെയാണ് പരസ്യമായ ഒളിജീവിതം. എല്ലാ നിരത്തുകളും ജയിലിലേക്കുള്ള വഴികളാണ്. ഭൂമി ഒരു ജയിൽ മാത്രമാണെന്നും അവിടുത്തെ തടവ് പരോളില്ലാത്തതാണെന്നും

അവിടെ ജീവപര്യന്തമെന്നത് നിശ്ചിത വർഷങ്ങളിലേക്ക് പരിമിതപ്പെടുത്തിയിട്ടില്ലെന്നും ഞാൻ കരുതി. നിഗൂഢസ്ഥലങ്ങളിൽ ഇരുന്ന് ചിലർ വസ്ത്രത്തിൽ കൈത്തുന്നൽ ഇടുന്നതുമാതിരി ഒരു ബിസിനസ്സിൽ നിന്നും മറ്റൊന്നിലേക്ക് ചാടിച്ചാടി പോവുകയാണ്. അഴിഞ്ഞുപോകുന്ന തുന്നലുകൾ അവരെ വ്യാകുലപ്പെടുത്തുന്നില്ല.

ഒരിക്കൽ റെയിൽവെ സ്റ്റേഷനിൽ നിന്നും മുൻകൂട്ടി പണമടച്ചു വാങ്ങിയ വലിയ ഇഡ്ഢലി കഴിച്ച് ഞാൻ ട്രെയിനിലേക്ക് കയറിയത് നാടെത്തുന്നതിന്റെ സുഖം സ്വപ്നം കണ്ടുകൊണ്ടാണ്. ട്രെയിനിൽ ഒരാൾ. അയാൾ വാങ്ങിയത് ഞാൻ വിറ്റ പ്രോഡക്ടാണ്. ഞാനതിന്റെ ഓർഡർ എടുക്കുന്ന സമയത്ത് അയാൾ ആ കടയിൽ ഉണ്ടായിരുന്നു. കംപാർട്ടുമെന്റുകളെ കൂട്ടിയിണക്കുന്ന ഇളകിയാടുന്ന പ്ലാറ്റ് ഫോമിൽ നിന്നും അയാൾ എന്റെ നേരെ ചാടിവീഴുമെന്ന് എനിക്ക് തോന്നി. അയാൾ എന്നെത്തന്നെയാണ് ശ്രദ്ധിക്കുന്നത്. അയാൾ വാങ്ങിയത് കേടായിട്ടുണ്ടാവുമെന്നതിൽ സംശയമില്ല. എതിർവശത്തെ പ്ലാറ്റ്ഫോമിലൂടെ അതിവേഗം ഞാൻ നടത്തമാരംഭിച്ചു. ട്രെയിനിന്റെ ഏറ്റവും പിന്നിലെ കംപാർട്ടുമെന്റിൽ എത്തിയിട്ടും അന്നെന്റെ കിതപ്പകന്നിരുന്നില്ല.

ആശുപത്രിയിലേക്കുള്ള നിരത്തിൽ നിറയെ ആഴത്തിൽ വെള്ളം തടം കെട്ടിക്കിടന്നു. വണ്ടികൾ പോകുമ്പോൾ വെള്ളം വകഞ്ഞുമാറ്റപ്പെടുന്ന സ്വരത്തിനായി ഞാൻ കാതോർത്തു. നാട്ടിൽ കാറ്റാടിച്ചക്രം ചവിട്ടി വെള്ളം തേവുമ്പോഴുള്ള സ്വരം പോലെ. മഴ തുടങ്ങിയിട്ട് കുറെ ദിവസങ്ങളായി. മഴയ്ക്ക് ഒരു നിയന്ത്രണബട്ടൻ വേണമെന്ന് എനിക്കുതോന്നി. ഞാൻ സ്വയം പറഞ്ഞു: ഇതു ശരിയാവില്ല.

അന്നലക്ഷ്മിയെ മുറിയിലേക്കു കൊണ്ടുവന്നത് സ്ട്രെച്ചറിലായിരുന്നു. അവൾ മയക്കത്തിലാണ്. ആദ്യമായാണ് അവളുടെ കഴുത്തും കാതുകളും കൈത്തണ്ടകളും ശൂന്യമായി ഞാൻ കാണുന്നത്. എന്തുകൊണ്ടോ ആ കാഴ്ച എന്നെ ആഹ്ലാദിപ്പിച്ചു. അത് സത്യത്തിന്റെ വിളംബരമാണ്. പുതിയ വിത്ത് സ്വീകരിക്കാൻ അവൾ ഒരുങ്ങിക്കഴിഞ്ഞു.

ഞാൻ വിരലുകൾ മടക്കി രണ്ടുവർഷം കഴിയാൻ ഇനി എത്ര മാസങ്ങളുണ്ടെന്ന് എണ്ണി. പുതിയ വിത്ത് സ്വീകരിക്കാൻ എന്റെ മനസ്സിനെയും പാകപ്പെടുത്തണമല്ലോ. നഴ്സുമാർ പൊയ്ക്കഴിഞ്ഞപ്പോൾ ഞാനവളുടെ നഗ്നമായ കഴുത്തിൽ ചുണ്ടുകൾ ചേർത്തു. അതുകൊണ്ടു പറഞ്ഞ നുണകളത്രയും ഒഴിഞ്ഞുപോവുന്നതായി എനിക്ക് തോന്നി. പാതിമയക്കം വിട്ട് അന്നലക്ഷ്മിയും എന്നെ ഉറ്റുനോക്കുകയാണ്.

പുതിയ വിത്തുകൾ എന്നു ഞാൻ ആവർത്തിച്ചത് അവൾ കേട്ടിരിക്കുമെന്ന് ഉറപ്പാണ്.

■

മറുപുറം

തടാകക്കരയിലെ ഉരുണ്ട കല്ലിൽ അവൻ വെറുതെ ഇരുന്നു. നീലച്ച ഞൊറികൾ തെറുത്തുകെട്ടിയും അഴിച്ചുവിട്ടും തടാകത്തിലെ ജലം അവനു മുന്നിൽ ഇളകിക്കൊണ്ടിരുന്നു. ദൂരെ, മറുകരയിലെ ഭൂഭാഗങ്ങൾ. അവിടെ എന്തൊക്കെയാവുമെന്ന് അവൻ ശ്രദ്ധിച്ചില്ല.

നീട്ടിവളർത്തിയ മുടിയും വിചിത്രവസ്ത്രങ്ങളുമായി ഒരാൾ അന്നേരമാണ് അവിടെയെത്തിയത്. അയാളും കുറച്ചുസമയം തടാകത്തിലെ നീലഞൊറികളിൽ തന്നെത്തന്നെ നഷ്ടപ്പെടുത്തി. അടുത്തുള്ള മറ്റൊരു ഉരുണ്ട കല്ലിൽ അയാളും ഇരിപ്പുപിടിച്ചു. ആകാശത്ത് ചാലുകീറി ഒരു ജെറ്റ് വിമാനം പാഞ്ഞുപോയത് തടാകത്തിൽ പ്രതിഫലിച്ചു. പെട്ടെന്ന് എന്തോ ഓർമ്മിച്ചതുപോലെ അയാൾ അവനോട് ചോദിച്ചു:

“എന്തിനാണ് ഇവിടെ ഇരിക്കണത്?”

“വെറുതെ.”

“എന്തു ചെയ്യുവാണ്?”

“ഡിഗ്രി പാസ്സായി.”

നിലത്തു നിന്നും ഒരുകല്ല് തിരഞ്ഞെടുത്ത് തടാകത്തിലേക്ക് ദാനം പോലെ നിക്ഷേപിച്ച് അയാൾ തുടർന്നു:

“നിനക്ക് നീന്തലറിയില്ലേ?”

“ഇല്ല.”

മറ്റൊരു കല്ലു കൂടി അയാൾ ദാനമാക്കി.

“അപ്പോൾ നീ ഈ വെള്ളത്തിൽ വീണാൽ നിന്റെ ഡിഗ്രീം വെള്ളത്തിലാവൂല്ലോ.”

കുറച്ച് നേരം ഇരുവരും ഒന്നും മിണ്ടിയില്ല. അവരിരുന്നതിന് അടുത്തു കിടന്നിരുന്ന ഏതോ ആഹാരബാക്കി തിന്നാനായി പറന്നു വന്ന് അവരെക്കണ്ട് പിൻവാങ്ങേണ്ടിവന്ന രണ്ടു കാക്കകൾ സകല പ്രതിഷേധവും ചേർത്ത് വലിയ വായിൽ കാറിയത് അവസാനിച്ചപ്പോൾ അയാൾ:

“നിനക്ക് പോലീസില് പണി കിട്ടി, ഒരു കള്ളനെ ഓടിച്ചുകൊണ്ട് വരുമ്പഴ് അവനീ വെള്ളത്തിൽ ചാടിയാൽ നീ എന്തുചെയ്യും?”

അപ്പോഴും അവനൊന്നും പറഞ്ഞില്ല. ഞൊറികളിൽ തുള്ളുന്ന ജലം അവനെ പരിഭ്രാന്തനാക്കാൻ തുടങ്ങിയിരുന്നു.

"നീന്തിക്കയറാൻ പഠിക്കണം, അറിവായാലും സങ്കടമായാലും.."

തടാകത്തിൽ നിന്നും രണ്ടു തുള്ളി വെള്ളം പറന്നുവന്ന് അയാളുടെ കണ്ണുകളെ തിളക്കുന്നതായി അവനുതോന്നി. അവന് അയാൾ പറഞ്ഞത് പൂർണ്ണമായും മനസ്സിലായില്ല. നീന്തൽ അറിഞ്ഞിരിക്കണമെന്ന ലളിതമായ ഒരു വസ്തുത പോലും ഉൾക്കൊള്ളാൻ അവൻ പണിപ്പെടുന്നുണ്ടായിരുന്നു. അന്നേരമാണയാൾ ശബ്ദം കുറച്ച് അവനോട് ചോദിച്ചത്:

"നിനക്ക് മറുകര കാണണ്ടേ?"

താനൊരിക്കലും എത്തിപ്പെട്ടിട്ടില്ലാത്ത മറുകരയെ അവൻ ഇമചിമ്മാതെ നോക്കി.

അയാൾ സാവകാശം ഉരുളൻ കല്ലിൽ നിന്നും എഴുന്നേറ്റു. തടാകത്തിന്റെ ദൂരമത്രയും അയാൾ കണ്ണുകൾ കൊണ്ട് അളന്നു. തന്റെ വിചിത്രമായ പുറം കുപ്പായങ്ങൾ അയാൾ ഊരിയെറിഞ്ഞു. കൈ തലയ്ക്കു മീതേ നീട്ടിപ്പിടിച്ച് അയാൾ തയ്യാറെടുക്കുമ്പോൾ രണ്ടു വലിയ മീനുകൾ തുടക്കരേഖയിൽ നിന്നും ഓട്ടം തുടങ്ങാനിരിക്കുന്ന മത്സരാർത്ഥികളെപ്പോലെ വെള്ളത്തിൽ നിശ്ചലം നിന്നു. അയാൾ വെള്ളത്തിലേക്കു ചാടിയതും നീന്തലാരംഭിച്ചതും അന്നേരം ഇളക്കത്തിൽ ഉലഞ്ഞുപോയ രണ്ടു മീനുകൾ അയാൾക്കൊപ്പം നീന്താൻ തുടങ്ങിയതും അവൻ നോക്കിയിരുന്നു. അയാളുടെ കുതിപ്പിൽ രണ്ടാമത്തെ ഉരുളൻകല്ല് മണ്ണ് പറ്റിയവശം മുകളിലേക്കാക്കി കീഴ്മേൽ മറിഞ്ഞിരുന്നു. അയാൾ ലക്ഷ്യത്തിലെത്തുമോ എന്ന് അവന് നിശ്ചയമില്ലായിരുന്നു. കരയുടെ മറുപുറത്തേയ്ക്ക് അയാൾ എത്രവേഗത്തിലാണ് കുതിച്ചതെന്ന് അവൻ അത്ഭുതപ്പെട്ടു.

താനിരുന്ന കല്ല് തടാകത്തിലേക്ക് ഉരുട്ടിയിട്ടുകൊണ്ട് അവൻ ഇരിപ്പു നിർത്തി. എവിടെ നിന്നെങ്കിലും ഒരു ബോട്ടിന്റെ യന്ത്രശബ്ദം കേൾക്കുന്നുണ്ടോയെന്ന് കാതോർത്ത് അവൻ നിശ്ചലനായി.

■

ലോക്കോ പൈലറ്റ്

അടിത്തട്ടിലെ ചെറുകല്ലുകളെയും മണൽത്തരികളെയും പാറക്കൂട്ടങ്ങളെയുമൊക്കെ പുറത്തുകാട്ടി പുഴ തീർത്തും സുതാര്യമായ ഒരു ഏപ്രിൽ മാസ ദിവസം രാവിലെ നിത്യ അച്ഛനോടൊപ്പം വീടിന്റെ മുകൾ നിലയിലെ മട്ടുപ്പാവിൽ നിൽപ്പുറപ്പിച്ചു. പുഴയ്ക്കക്കരെയുള്ള ദേവാലയത്തിൽ നിന്ന് ഒരു മണിയൊച്ച പുറപ്പെട്ടത് പുഴവെള്ളത്തിൽ ലയിച്ച് അവസാനിച്ചതായി അവൾക്ക് തോന്നി. ഭൂമിയിലെ എല്ലാറ്റിന്റെയും നിലനില്പിനാധാരമായ ഏറ്റവും വിലപ്പെട്ട സൃഷ്ടിയാണ് ജലമെന്നോർമിച്ചപ്പോൾ എന്തുകൊണ്ടെന്നറിയാതെ അവളുടെ കണ്ണുകൾ നിറഞ്ഞു.

ആഴമേറിയ ഒരു തോട് പുഴയിലേക്ക് എത്തിപ്പെടുന്നതിന് തൊട്ടുമുൻപ്, പുഴയുടെയും തോടിന്റെയും കരയ്ക്ക്, ഒരു തിണ്ടിലാണ് അവരുടെ വീട്. വർണ്ണച്ചില്ലുകൾ പതിപ്പിച്ച ജനലുകളും വലിയ വാതിലുകളും ഉയരമേറിയ ഭിത്തികളുമുള്ള വീട് ഒരു ഫ്രാൻസുകാരൻ പണിയിച്ചതാകുമെന്ന് കാരണമേതുമില്ലാതെ അവൾ വിശ്വസിച്ചു. അവളുടെ അച്ഛന്റെ സ്വത്തുക്കളിൽപെട്ട രണ്ടു വീടുകളിലൊന്ന് അവൾക്കാണെന്ന് പറഞ്ഞപ്പോൾ നിത്യ തന്നെ തനിക്കായി തിരഞ്ഞെടുത്തതാണ് ഈ വീട്. വ്യക്തികൾക്കെന്നപോലെ വീടിനും സ്ഥലത്തിനും പ്രത്യേകതകളുള്ള ഒരു അസ്ഥിത്വം വേണമെന്ന് അവൾ പറയാറുമുണ്ട്.

മുറിയിലേക്ക് കടക്കുമ്പോൾ അത്തരം നിർബന്ധ ബുദ്ധിയോടെ ഇന്റർനെറ്റിൽ നടത്തിയ ദീർഘദീർഘമായ അന്വേഷണങ്ങൾക്കൊടുവിൽ താൻതന്നെ കണ്ടെത്തിയ ഒരാളുടെ ചിത്രം മേശമേൽ ചില്ലിട്ടുവെച്ചിരുന്നത് അവൾ ശ്രദ്ധിച്ചു. ചിത്രത്തിൽ ജഗനോടൊപ്പം നിന്നിരുന്ന തന്നെ കണ്ട് നിത്യയ്ക്ക് ഉള്ളിലേക്കെടുത്ത ശ്വാസം നെഞ്ചിൽ കുമിഞ്ഞുകൂടുന്നതുപോലെ തോന്നി. ചിത്രത്തിൽ നിന്ന് കുറച്ചു സമയത്തേക്ക് തന്നെ പുറത്തു കൊണ്ടുവരണമെന്നുപോലും അവളപ്പോൾ വിചാരിച്ചു.

തോടിനപ്പുറം മരങ്ങൾ നട്ടുണ്ടാക്കിയെടുത്ത വനമാണ്. അതിൽ നിറയെ മഹാഗണിയും തമ്പകവും ചന്ദനമരങ്ങളുമുണ്ട്. ദൂര ദേശങ്ങളിൽ നിന്ന് അവൾക്ക് പേരറിയാത്ത ഒരുപാടിനം ദേശാടനപ്പക്ഷികൾ വനത്തിൽ എത്തിപ്പെടാറുണ്ട്. വനത്തിനുള്ളിലെ കുളിരിൽ അവ എപ്പോഴും തിമിർത്തു

കൊണ്ടിരിക്കും. അവരുടെ പറമ്പിൽ നിന്ന് തോടിനു കുറുകെ വനത്തിലേക്ക് ഒരു തൂക്കുപാലമുണ്ട്. പണിയൊഴിയുമ്പോൾ അവൾ തൂക്കുപാലത്തിലൂടെ പലതവണ വെറുതെ ഇരുപുറത്തേക്കും നടക്കും. വനത്തിലെ പക്ഷികൾ പലപ്പോഴും അവരുടെ ജനാലയ്ക്കലേക്ക് പറന്നുവരാറുണ്ട്. ജനാലച്ചില്ലിലെ നിറങ്ങൾ കണ്ട് അവ അതിൽ ആഞ്ഞുകൊത്തും. അതിന്റെ സ്വരം കേട്ട് പുറത്താരെങ്കിലും വന്നതാണെന്ന് കരുതി അവൾ വാതിൽ തുറന്നുനോക്കാറുണ്ട്. അവരുടെ കോളിങ്ബെല്ലിനും വനത്തിലെ ചില പക്ഷികളുടെ ചിലയ്ക്കലിനും ഒരേ സ്വരമായതുകൊണ്ടും അവൾ അബദ്ധം പിണഞ്ഞ് വാതിൽ തുറന്നു നോക്കാറുണ്ട്. അങ്ങനെയൊക്കെ, അതിഥികളാരും വരാതെ ഉറങ്ങിപ്പോവുന്ന അവരുടെ വീടിനെ കിളികൾ സജീവമാക്കും.

ജഗൻ ജോലിസ്ഥലത്തേയ്ക്കു പോകുന്ന ദിവസം അവളുടെ അച്ഛൻ അവരുടെ വീട്ടിലെത്തും. അയാൾ തിരിച്ചെത്തുന്ന ദിവസം അവരുടെ സ്വകാര്യതയ്ക്ക് ഒരു ഭംഗവും വരരുതെന്ന നിർബന്ധംകൊണ്ടെന്നതുപോലെ അച്ഛൻ തിരിച്ചുപോകും. വളരെ സ്വഭാവികമായി അവരുടെ വീട്ടിൽ ഇങ്ങനെയൊരു ക്രമീകരണം നടന്നുകൊണ്ടിരുന്നു. അവൾപോലുമറിയാതെ ജഗനും അച്ഛനും തമ്മിൽ അത് പറഞ്ഞുറപ്പിച്ചിരിക്കും. അത് പറയാനല്ലാതെ അവർ തമ്മിൽ ഏറെയൊന്നും സംസാരിക്കാറില്ലെന്ന് അവൾ കരുതി. സംസാരത്തിന്റെ സ്വരതന്ത്രികളെ വലിച്ചുമുറുക്കിയ അച്ഛൻ പതം വന്ന ഒരു സംഗീതോപകരണത്തെയാണ് ഓർമപ്പെടുത്തുന്നത്.

ലോക്കോ പൈലറ്റായി ജഗൻ ജോലിയിൽ പ്രവേശിച്ചിട്ട് ഒരു വർഷമാകുന്നു. അതിനും മുൻപ് ചെയ്ത പലജോലികളും അയാൾ വളരെ പെട്ടന്ന് ഉപേക്ഷിച്ചു. ഇപ്പോഴത്തെ ജോലിയും തന്റെ അഭിരുചിക്കും വിദ്യാഭ്യാസത്തിനും നിരക്കുന്നതല്ലെന്നാണ് അയാളുടെ വിശ്വാസം. ഒന്നിലും അയാൾക്ക് ഉറച്ചു നിൽക്കാനാവുന്നില്ല. താനന്വേഷിക്കുന്നത് ഇതല്ല എന്ന വിചാരത്തിൽ നിന്നുണ്ടാകുന്ന അതൃപ്തിയാണ് അയാളെ ഭരിക്കുന്നത്. വസ്ത്രം മാറുന്ന ലാഘവത്തോടെ ജോലി മാറാൻ ഇതേ അതൃപ്തിയാണയാളെ പ്രേരിപ്പിക്കുന്നത്.

തീവണ്ടിയോടിക്കുമ്പോൾ അത് കടന്നുപോകുന്ന പ്രകൃതിയിലെ വ്യതിയാനങ്ങൾ തന്റെ മനസ്സിനെയും ബാധിക്കാറുണ്ടെന്ന് ജഗൻ. തന്റെ പിന്നിലെ വിവിധ കംപാർട്ട്മെന്റുകളിൽ യാത്ര ചെയ്യുന്നവരെപ്പറ്റി അയാൾ വിചാരപ്പെടും. പല പ്രായത്തിലുള്ളവർ. പല ഭാഷ സംസാരിക്കുന്നവർ. വിവിധ ആവശ്യങ്ങൾക്കു പോകുന്നവർ. വ്യത്യസ്ത മാനസികനിലയിലുള്ളവർ. നേരിൽ കണ്ടിട്ടുണ്ടാവാൻ ഇടയില്ലാത്ത തന്നെ എല്ലാവരും വിശ്വസിക്കുകയാണ്. അവരെല്ലാം സ്വന്തം ജീവൻ തന്നെയാണേൽപിച്ചിരിക്കുന്നതെന്ന് ഓർക്കുമ്പോൾ ചില സമയത്ത് അയാൾക്ക് കൈകളിൽ ഭാരം അനുഭവപ്പെടും.

അവരുടെ വീടിനടുത്തുള്ള പഴയ കെട്ടിടത്തിലാണ് മുൻപ് പോസ്റ്റോഫീസ് പ്രവർത്തിച്ചിരുന്നത്. അവിടെ പോസ്റ്റ് മിസ്ട്രസ്സാവണമെന്നതായിരുന്നു

തന്റെ കുട്ടിക്കാലത്തെ മോഹമെന്ന് അവൾ ജഗനോട് പറഞ്ഞിട്ടുണ്ട്. ഇപ്പോഴും അവൾക്ക് അതേ ആഗ്രഹമുണ്ട്. അയാളുടെ തീവണ്ടിയിലെ യാത്രക്കാരുടെ വൈവിധ്യം ഓർമിച്ചുകൊണ്ട് നിരവധിപേരുടെ വികാരങ്ങളും വിചാരങ്ങളുമടങ്ങിയ കത്തുകൾ തന്റെ ഓഫീസിൽ വന്നുപോകുമല്ലോ എന്നവൾ ഒരിക്കൽ എടുത്തുപറഞ്ഞിരുന്നു. അത് മുൻപത്തെ കഥയാണെന്ന് അവൾക്ക് ഇപ്പോഴറിയാം. ഇപ്പോഴത്തെ കത്തുകൾ വികാരവിചാരങ്ങൾ വഹിക്കുന്നില്ലെന്നും വിവരങ്ങൾ പകരുക മാത്രമേ ചെയ്യുന്നുള്ളൂവെന്നും അവൾ കരുതി. എങ്കിലും അവൾക്ക് പഴയ പോസ്റ്റോഫീസ് കെട്ടിടം അത്രയേറെ ഇഷ്ടമാണ്. പുഴ കടന്നുവരുന്ന പുതിയ കാറ്റേറ്റ്, കറങ്ങിവീഴുന്ന പൊട്ടിയ മഹാഗണിക്കായകൾ നോക്കി, ദൂരെ ആകാശത്തിന്റെ നിറങ്ങളിലേക്കു നയിക്കുന്ന മലമടക്കുകൾ കണ്ട് അങ്ങനെയങ്ങനെ അവിടെ ഇരിക്കണമെന്നത് അവളുടെ വലിയ ആഗ്രഹമായിരുന്നു. അവിടെയിരിക്കുമ്പോൾ ഉണ്ടാകാവുന്ന ആലസ്യത്തെ തലകുടഞ്ഞ് ഒതുക്കുന്നതുപോലും അവൾ സ്വപ്നം കണ്ടിട്ടുണ്ട്.

അവളുടെ ഇത്തരം ഇഷ്ടങ്ങളിലൊന്നും ജഗന് താൽപര്യമുണ്ടായിരുന്നില്ല. ഭൂമിയിൽ നിന്ന് ആകാശത്തിലേക്ക് ചാരിവെച്ച ഒരു കോണി മാത്രമാണയാൾക്ക് ജീവിതം. നിത്യക്ക് ഉത്കർഷേച്ഛയില്ലാത്തതുകൊണ്ടാണ് വീട്ടുമുറ്റത്തെ ഒരു ജോലി അവൾ സ്വപ്നം കണ്ടതെന്ന് അയാൾ കുറ്റപ്പെടുത്തും. ഔദ്യോഗികപദവിയിലെ ഉന്നതി എന്നപേരിലാണ് അയാൾ തന്റെ ആഗ്രഹസമാഹാരങ്ങളെ അവതരിപ്പിക്കുന്നത്.

മുറ്റത്തെ ചെറിയ പൂന്തോട്ടത്തിൽ ജഗനോടൊപ്പം നിന്ന ഒരു വൈകുന്നേരത്തെപ്പറ്റി അവൾ ഓർമ്മിച്ചു. മരക്കൊമ്പുകളിൽ സർക്കസ് കമ്പനികൾ തന്നെ തുടങ്ങിക്കൊണ്ട് പക്ഷികൾ അത്യുന്മേഷത്തിലായ നേരം. ഏറ്റവും പരിശുദ്ധമായ സായാഹ്നക്കാറ്റ് അവരെ കടന്നുപോവുകയായിരുന്നു. അവൾ അയാളെ ഉമ്മ വെയ്ക്കാനൊരുങ്ങി. അവരുടെ മുഖങ്ങളെ, ചുണ്ടുകളെ പകുത്തുകൊണ്ട് ഒരു പക്ഷിത്തൂവൽ അന്നേരം കൃത്യമായി അവർക്കിടയിലൂടെ താഴേക്കു വീണു. ഉത്ക്കർഷേച്ഛയില്ലാത്ത ഒരു തൂവൽ നമ്മളെ പറ്റിച്ചു എന്ന നിത്യയുടെ തമാശ അയാൾക്ക് ഒട്ടും രസിച്ചില്ല.

വീട്ടിൽ ജഗൻ ഉപയോഗിച്ചിരുന്ന ഓഫീസ് മുറിയിലേക്കു കടന്നപ്പോൾ അവൾക്ക് തല ചുറ്റുന്നതുപോലെ തോന്നി. മേശമേൽ നിറയെ പത്രങ്ങളിലെ വാണ്ടട് പരസ്യങ്ങളുടെ കട്ടിങ്ങുകളും ഇന്റർനെറ്റിൽ നിന്നുള്ള തൊഴിലവസരങ്ങളുടെ പ്രിന്റൗട്ടുകളും തയ്യാറാക്കിവെച്ചിരിക്കുന്ന അപേക്ഷകളും മറ്റുമാണ്. ഒരു അപേക്ഷ തുടങ്ങുന്ന വാചകം അവൾ കൗതുകത്തോടെ വായിച്ചു. 'ഐ തിങ്ക് ഐ ആം ദി റൈറ്റ് പേഴ്സൺ ഫോർ ഹും യൂ ആർ ലുക്കിങ് ഫോർ.'

അന്വേഷിക്കപ്പെടുന്ന ആൾ താൻ തന്നെയാണെന്ന് എഴുതാനുള്ള ആത്മവിശ്വാസം അയാൾ കാത്തുസൂക്ഷിക്കുന്നതിൽ സംശയംപൂണ്ട് നിത്യ തിരിഞ്ഞുനോക്കുമ്പോൾ പിരിമുറുക്കം നിറഞ്ഞ മുഖവുമായി ജഗൻ വാതിൽക്കൽ നിൽപുണ്ടായിരുന്നു.

ഉന്നതിയേറിയ പദവിയിലെത്തുന്നതിനെപ്പറ്റി ഒരാൾക്ക് എത്രമാത്രം ആഗ്രഹമുണ്ടായാലും കുഴപ്പമില്ല എന്നുപറഞ്ഞുകൊണ്ടാണവൾ തുടങ്ങിയത്. കുഴപ്പമില്ല എന്നു മാത്രമല്ല. അതു നല്ലതുമാണ്. എങ്കിലും അത്തരം പ്രതീക്ഷകളുടെ ഭാരം ഒരാളെ തകർക്കുമെന്ന നിലവരുമ്പോൾ കുറച്ച് ആഗ്രഹങ്ങൾ കൊഴിച്ചുകളയേണ്ടത് അത്യാവശ്യമാണ്. കാരണം എല്ലാ പ്രതീക്ഷകളും ജീവിക്കാൻ വേണ്ടിയുള്ളതാവണം. ജീവിതത്തെ ഞെരുക്കിക്കൊണ്ടു വളരുന്ന ആഗ്രഹങ്ങളുടെ വിഷച്ചെടി നമുക്കു വേണ്ട.

പറഞ്ഞവസാനിപ്പിക്കുമ്പോൾ നിത്യ കിതച്ചുപോയി. നൈസർഗികതയുടെ വേരുകളറ്റ് അയാൾ ഒരു പാഴ്മരമായി മാറുകയാണെന്ന് അവൾക്ക് തോന്നിത്തുടങ്ങിയിരുന്നു.

മേശമേലിരുന്ന പേപ്പർ വെയ്റ്റെടുത്ത് തന്റെ സമ്മർദങ്ങളത്രയും അതിൽ അമർത്തിവെക്കുന്ന മട്ടിലായിരുന്നു ജഗൻ. അവൾ നേടിയ അറിവും വിദ്യാഭ്യാസവും വെറുതെയായിരുന്നു എന്ന് വീണ്ടും തന്നെ ബോധ്യപ്പെടുത്തേണ്ടതില്ലെന്ന് അയാൾ പറഞ്ഞു. കിട്ടിയതുമായി ഒതുങ്ങിക്കൂടുന്ന നീ അടിമവംശത്തിന്റെ ബാക്കിയാണ്. എല്ലാ വികാസങ്ങളിൽ നിന്നും ഒരാളെ പിന്നോട്ടുവലിക്കുന്നവർ ചരിത്രത്തിലാണ് ജീവിക്കേണ്ടത്. വർത്തമാനകാലം അവർക്കുള്ളതേയല്ല.

പേപ്പർവെയ്റ്റ് പൊടിയുകയോ അയാളത് തന്റെ മേൽ വലിച്ചെറിയുകയോ ചെയ്യുമെന്നവൾ ഭയന്നു. മുറിക്കു പുറത്തുകടന്നപ്പോൾ ചുവന്നൊരു ചിത്രശലഭം പൂമുഖപ്പടിയിലിരുന്ന് ഒരു തവണ മാത്രം ചിറകുകൾ തുറന്നടക്കുന്നത് അവൾ കണ്ടു.

വീട്ടിൽ നിന്ന് പുറത്തിറങ്ങി അവൾ തൂക്കുപാലത്തിലൂടെ വെറുതെ തോട് മുറിച്ചു കടക്കുകയും തിരിച്ചുവരുകയും ചെയ്തു. തന്റെ സന്ദിഗ്ധതകളെയും മടുപ്പിനെയും ആശങ്കകളെയും ചുമക്കുന്നത് തൂക്കുപാലമാണെന്നവൾക്ക് തോന്നി. തോട്ടിലേക്ക് നീണ്ടുവന്ന ഇല്ലിപ്പടർപ്പുകളെ പിടിച്ചുലച്ച് കലക്കവെള്ളം പുഴയിലേക്ക് ആർത്തലക്കുന്ന ഒരു മഴക്കാലത്തിനു തൊട്ടുമുൻപാണ് അവർ ഇവിടെ പാർപ്പുതുടങ്ങിയത്. ആർത്തലയ്ക്കുന്ന തോടിനെയും നിറഞ്ഞൊഴുകുന്ന പുഴയെയും ഓർമ്മപ്പെടുത്തുന്നതായിരുന്നു അവരുടെ തണുപ്പേറിയ ആദ്യകാല രാത്രികൾ. ജഗനെ അവൾ അത്രയേറെ ഇഷ്ടപ്പെട്ടൊരു കാലം.

ജോലികൾ സ്വീകരിക്കുകയും വളരെ വേഗം അതുപേക്ഷിക്കുകയും ചെയ്തുകൊണ്ടാണയാൾ അവളിൽ സംഭ്രമങ്ങൾ നിറയ്ക്കാൻ തുടങ്ങിയത്. ഒന്നിലും ഉറയ്ക്കാതെ, ഒരിടത്തും തൃപ്തി കണ്ടെത്താതെ അയാൾ എന്തിലേക്കാണ് എത്തിപ്പെടാൻ ശ്രമിക്കുന്നതെന്ന് അവൾക്കു മനസ്സിലായില്ല. താനേതോ അത്യപൂർവ്വമായ ജോലി ചെയ്യാനായി ജന്മം കൊണ്ടവനാണെന്ന് മറ്റുചിലരെ പോലെ അയാളും കരുതുന്നുണ്ട്.

ദൂരെ അച്ഛന്റെ വരവുകണ്ടപ്പോൾ ജഗൻ ഒരുങ്ങിത്തുടങ്ങിയിട്ടുണ്ടാകുമെന്ന് അവൾ വിചാരിച്ചു. അച്ഛൻ തൊടിയിൽ നിന്ന് എടുത്തതാണെന്നു

പറഞ്ഞ് പഴുത്തു മഞ്ഞച്ച രണ്ടു പപ്പായകൾ അവൾക്കു നേരെ നീട്ടി. തൊട്ടുമുൻപത്തെ അവരുടെ കലഹമോർത്തപ്പോൾ മഞ്ഞളിച്ചുപോയ പപ്പായകളോട് അവൾക്ക് സഹതാപം തോന്നി.

കൃഷി നശിച്ച് വിണ്ടുണങ്ങിയ ഭൂഭാഗങ്ങളിലൂടെ, ആത്മഹത്യക്കാർ ഉണ്ടാവാനിടയുള്ള പാതയിലൂടെ അന്ന് വണ്ടിയോടിക്കേണ്ടതുണ്ടെന്ന് അവളോട് പറഞ്ഞ് അയാൾ യാത്രയായി. തനിക്ക് രക്ഷിക്കാൻ കഴിയാതെ പോയിട്ടുള്ള ആത്മഹത്യക്കാരെപ്പറ്റി മുൻപൊരവസരത്തിലും അയാൾ പറഞ്ഞിട്ടുണ്ട്. വളവിലെ പാളത്തിൽ കയറി നിന്ന് ട്രെയിനിനുനേരെ നോക്കി ചിരിച്ച് കൈവീശി ആത്മഹത്യ ചെയ്തൊരു പെൺകുട്ടിയുടെ ഓർമ ഒരിടത്തും ഉപേക്ഷിക്കാനാവത്തതിന്റെ സങ്കടവും അയാളന്ന് ഏറ്റുപറഞ്ഞിരുന്നു. വീട്ടിലെത്തുമ്പോഴൊക്കെ സഞ്ചാരത്തിന്റെ താളം അയാളുടെ കാതുകളിൽ ബാക്കി നിൽക്കുന്നു. ലോഹത്തിന്റെ സ്വരങ്ങൾ. ട്രെയിനിൽ നിന്നു വേർപെട്ടുപോന്ന ഒരു ബോഗി മാത്രമാണ് താനെന്നും ഒരിക്കൽ അയാൾ നിത്യയോട് വ്യാകുലപ്പെട്ടു.

ജഗൻ പോയിക്കഴിഞ്ഞപ്പോൾ തനിക്കു തോന്നുന്നത് സങ്കടമാണോ ആശ്വാസമാണോ എന്നവൾ വിശകലനം ചെയ്തുനോക്കി. ഒരു തീർപ്പിലെത്താൻ കഴിയുന്നില്ലല്ലോ എന്നു തിരിച്ചറിഞ്ഞ് അവൾ ചെറുതായി നടുങ്ങി. പഴയ പോസ്റ്റോഫീസിനടുത്തുള്ള കെട്ടിടത്തിൽ നിന്ന് സെർച്ച്ലൈറ്റ് തെളിഞ്ഞു. രേഖയില്ലാത്ത ഈറ്റച്ചങ്ങാടങ്ങളോ മരക്കെട്ടുകളോ കടന്നുപോകുന്നുണ്ടോയെന്ന അന്വേഷണം. നിലാവെളിച്ചത്തിൽ ദൂരെ പുഴ വളവു തിരിഞ്ഞ് മറയുന്നതു കാണാം. പുഴയ്ക്ക് മേലെയുള്ള ആകാശത്തിന് ഒരു പ്രത്യേകതയുണ്ടെന്ന് അവൾക്ക് തോന്നി.

മുറിയിൽ കടന്ന് എന്തോ എഴുതുവാൻ വേണ്ടി അവൾ പേനയുടെ അടപ്പ് വലിച്ചൂരി. അടപ്പ് പേനയിൽ നന്നായി ഉറച്ചിരുന്നു. വലിയുടെ ശക്തിയിൽ അവൾ അല്പം പിന്നോട്ട് നീങ്ങിപ്പോയി.

ജഗന്റെ ചില സമയത്തെ പെരുമാറ്റം അവളെ അസ്വസ്ഥയാക്കിയിരുന്നു. അത് സ്വഭാവികത വിട്ടതാണോ എന്നുപോലും അവൾക്ക് സംശയമായി. ആഗ്രഹങ്ങളുടെ ഹിമാലയം ചുമന്ന് അയാൾക്ക് കാര്യങ്ങൾ തിരിച്ചറിയാനുള്ള ശേഷി അല്പാല്പമായി കുറഞ്ഞുവരുന്നുണ്ടോ എന്നതായിരുന്നു അവളുടെ ആശങ്ക. ഒരു പെരുമാറ്റത്തെ സ്വാഭാവികമെന്നോ അസ്വാഭാവികമെന്നോ തരംതിരിക്കുന്നത് വളരെ വിഷമം പിടിച്ച പണിയാണ്. അത്ര നേർത്തതാവും ചിലപ്പോൾ അതിന്റെ അതിരുകൾ. സ്വാഭാവികം/അസ്വാഭാവികം എന്ന് തരം തിരിക്കുന്ന ഒരു ചരടിനിരുപുറവും കിടന്ന് അയാളുടെ വിചാരങ്ങളും ചെയ്തികളും വീർപ്പുമുട്ടുന്നത് അവൾക്ക് അനുഭവപ്പെട്ടു. തന്നെത്തന്നെ നിയന്ത്രിക്കാനാവാതെ ജഗന്റെയുള്ളിൽ നിറയുന്ന നിലവിളിയാണ് തോട്ടിൻകരയിലെ പച്ചമുളകൾ ഏറ്റെടുക്കുന്നതെന്നും തമ്മിലുരഞ്ഞ് അവ അതു സംപ്രേഷണം ചെയ്യുകയാണെന്നും അവൾക്ക് തോന്നി.

വീട്ടിലെ ജഗന്റെ ഓഫീസ് മുറിയിലേക്ക് വീണ്ടും അവൾ കടന്നുചെന്നു. അയാളുടെ ഡയറി അവൾ തുറന്നുനോക്കി. അതിൽ അയാൾ ജോലിക്ക് അപേക്ഷിച്ചതിന്റെ വിവരങ്ങളും ഇന്റർവ്യൂവിന്റെ ചില തീയതികളും മാത്ര മാണ് ഉണ്ടായിരുന്നത്. വാസ്തവത്തിൽ ഒരാളുടെ സ്വകാര്യതയിലേക്ക് അങ്ങനെ കടന്നുചെല്ലാൻ അവൾക്ക് ഇഷ്ടമില്ലായിരുന്നു. ജഗന്റെ കാര്യ ത്തിൽ അങ്ങനെ വേണമെന്ന് ഈയിടെയാണ് അവൾക്ക് തോന്നിത്തുട ങ്ങിയത്. മേശവലിപ്പിൽ ഉറക്കക്കുറവിന് ഉപയോഗിക്കുന്നതെന്ന് അവൾ കേട്ടിട്ടുള്ള ചില ഗുളികകൾകൂടി കണ്ടതോടെ തന്റെ അന്വേഷണം അനാ വശ്യമാണോ എന്ന നേരിയ സംശയംപോലും അവളുടെ മനസ്സിൽ ഇല്ലാ തായി.ജഗന്റെ പിന്നിലെ കമ്പാർട്ടുമെന്റുകളിൽ യാത്ര ചെയ്യുന്ന നിരവധി പേരെപ്പറ്റി, അയാളെപ്പറ്റി, അന്നേരം അവൾ കൂടുതൽ സങ്കടപ്പെട്ടുപോയി.

ജഗന് മറ്റെന്തെങ്കിലും ഒരു താൽപര്യം ഉണ്ടായിരുന്നെങ്കിലെന്ന് അവൾ ആഗ്രഹിച്ചു. സംഗീതത്തിൽ, വായനയിൽ, സിനിമയിൽ അങ്ങനെയെന്തി ലെങ്കിലും ഒരു ഭ്രമമുണ്ടായിരുന്നെങ്കിൽ അയാൾ അതെപ്പറ്റി പറയുമായി രുന്നു. എങ്കിൽ മുന്നിലെ പാത മാത്രം കാണുന്ന വണ്ടിക്കുതിരയായി, കെട്ടി യിട്ട കുറ്റിക്കു ചുറ്റും വൃത്തമുണ്ടാക്കുന്ന നാല്ക്കാലിയായി അയാൾ മാറി ല്ലായിരുന്നു. പൊട്ടിയ ഓട്ടുപാത്രം മാറ്റിപ്പണിയും പോലെ അയാളെ പുനർ നിർമിച്ചെടുക്കാനാവുമോയെന്ന് അവൾ ചിന്തിച്ചു.

വിവാഹത്തിനു മുൻപുള്ള മെയിലുകളിൽ അയാൾ രസകരമായ ചില നുറുങ്ങുകൾ ചേർത്തിരുന്നു. ഒരേ അർത്ഥത്തിലേക്കെത്തുന്ന ഇംഗ്ലീഷ്, മലയാളം, വാക്കുകളുടെ ഭാഗങ്ങൾ ചേർത്ത് അയാൾ മൂന്നാം വാക്കുകൾ സൃഷ്ടിച്ചിരുന്നു. അക്കൂട്ടത്തിൽ ഇവാഷ്പീകരിക്കുക എന്ന വാക്ക് അവളെ രസം കൊള്ളിച്ചിരുന്നു.

ക്രമേണ അയാളിൽ നിന്ന് നർമങ്ങൾ ചോർന്നുപോയി. അവയെപ്പറ്റി യുള്ള ഓർമകൾപോലും അയാൾ നഷ്ടപ്പെടുത്തി. ഇത്തരം മൂന്നാം വാക്കു കളുടെ സൃഷ്ടിയിലും സ്വാഭാവികതയും അസ്വാഭാവികതയും ഒളിച്ചുക ളിക്കുന്നുണ്ടെന്ന് ഇപ്പോൾ അവൾക്ക് തോന്നിത്തുടങ്ങി. അമിത അഭിവാ ഞ്ഛയുടെയും അതിരുവിട്ട മത്സരബുദ്ധിയുടെയും ഘടകങ്ങൾ നിറച്ച ഒരു സ്ഫോടകവസ്തുവായി അയാൾ മാറിയിട്ടുണ്ട്. സ്വന്തം കുടുംബത്തി ന്റെയും പരിസരത്തിന്റെയും വശ്യതകൾക്കിടയിലേക്ക് എല്ലാ അതൃപ്തി കളും കുത്തിനിറച്ചൊരു ചാവേറായി അയാൾ വന്നുവീഴുകയാണോ എന്ന വൾ സ്വയം ചോദിച്ചു.

എപ്പോഴെങ്കിലും എവിടെനിന്നെങ്കിലും നേരിട്ട കടുത്ത ഒരവഗണന യാണോ ജഗനെ ഇത്തരമൊരു അവസ്ഥയിലേക്കെത്തിച്ചതെന്ന് അവൾ വിചാരപ്പെട്ടു. അതറിയണമെങ്കിൽ ജഗനോട് തന്നെ തിരക്കണം. സ്വന്തം മനോനിലയെ ഒരു സ്വകാര്യസ്വത്തായി-അതോ ബാധ്യതയോ-മാത്രം കാണുന്ന, പങ്കുവെക്കലുകളിൽ വിശ്വസിക്കാത്ത ഒരാളിൽ നിന്ന് ഒരു വിശ ദീകരണവും പ്രതീക്ഷിക്കേണ്ടതില്ല. അല്ലെങ്കിൽ മറ്റാരെങ്കിലുമത് പറഞ്ഞു

തരണം. അയാൾക്ക് ഗാഢബന്ധമുള്ള ബന്ധുക്കളെയോ സുഹൃത്തുക്കളെയോ ഇതുവരെ കണ്ടെത്താനായിട്ടില്ല. ജഗൻ ഒറ്റപ്പെട്ട ഒരു കടലിടുക്കാണെന്നും അവിടെ നടക്കുന്ന നഷ്ടപ്പെടലുകളും വീണ്ടെടുക്കലും തനിക്ക് തീർത്തും അജ്ഞാതമാണെന്നും തിരിച്ചറിയുമ്പോൾ അവൾക്ക് വല്ലാത്ത നിസ്സഹായത തോന്നി. അയാളോടിച്ചിരുന്ന തീവണ്ടിക്കു മുന്നിൽ കയറി നിന്ന് ചിരിച്ച് കൈവീശി ആത്മഹത്യ ചെയ്ത പെൺകുട്ടി അയാളുടെ ആരായിരിക്കാമെന്ന ചോദ്യം ഒരു വജ്ര സൂചിയായി അവളുടെ മനസ്സിനു നെടുകെ വരഞ്ഞു. യുദ്ധഭൂമികളിൽ ചോരചീറ്റുന്ന കബന്ധങ്ങൾക്കു മീതെ രഥം നയിക്കുന്ന നിരാലംബനായ സേനാനായകനെ കമ്പ്യൂട്ടറിനു മുന്നിൽ നിന്നവൾ പിടിച്ചുയർത്തി.

അയാളോട് കഴിയുമെങ്കിൽ പുഴയിൽ തന്നെ കുളിച്ചുവരാൻ അവൾ പറഞ്ഞു. എപ്പോഴും പുതിയതായി ഒരു പുഴ മുന്നിൽ തെളിഞ്ഞൊഴുകുമ്പോഴും അയാളെന്തിനാണ് കുളിമുറിയുടെ ഇരുട്ടിലേക്ക് ഒളിച്ചുകടക്കുന്നതെന്ന് അവൾക്ക് മനസ്സിലായില്ല.

ജനാലച്ചില്ലിലെ പച്ച നിറത്തിനുമേൽ ഒരു പക്ഷി കൊത്തിയതും കോളിങ്ബെല്ലടിച്ചതും ഒരുമിച്ചായി. നിത്യ വാതിൽ തുറന്നു. അച്ഛൻ. ഇന്ന് ജഗൻ ജോലിക്കു പോകുമെന്നതിന്റെ അലിഖിതമായ അറിയിപ്പ്. ഇക്കുറി അച്ഛൻ കൊണ്ടുവന്നിരിക്കുന്നത് കുരുന്ന് പയർ ഇലകളാണ്. അച്ഛനിലൂടെ, അച്ഛൻ കൊണ്ടുവരുന്ന വസ്തുക്കളിലൂടെ താൻ ഭൂസ്പർശം വീണ്ടെടുക്കയാണെന്ന് അവൾ കരുതി. മറ്റു സമയങ്ങളിൽ നിയന്ത്രണം നഷ്ടപ്പെട്ടൊരു ഉപഗ്രഹമായി ഭൂമിക്കപ്പുറമുള്ള ഭ്രമണമേഖലകളിലൂടെയുള്ള നിരർഥകമായ അലച്ചിൽ മാത്രം.

ജഗൻ പോയിക്കഴിഞ്ഞ്, പണികൾ ഒഴിഞ്ഞപ്പോൾ, ചുട്ടുപൊള്ളുന്ന മനസ്സുമായി അവൾ തൂക്കുപാലത്തിലൂടെ നടന്നു. ചാരുകസേരയിൽ നിന്നെഴുന്നേറ്റ് വീടിന്റെ വാതിൽ പുറമെനിന്ന് കുറ്റിയിട്ട് അച്ഛനും അവളോടൊപ്പം വന്നു. വെച്ചുപിടിപ്പിച്ചെടുത്ത വനത്തിൽ ഇലകളുടെ മെത്തക്കുമേൽ അവർ അഭിമുഖമായി ഇരുന്നു. അവൾ ഒന്നും പറഞ്ഞില്ല. മുൻപും ഒരു പരാതിയും അവൾ അച്ഛനോട് പറഞ്ഞിട്ടില്ല. ഇഷ്ടത്തിനനുസരിച്ച് സ്വന്തം ശീലങ്ങളെ ക്രമപ്പെടുത്താൻ പോലും ഒരാൾക്കാവാത്തപ്പോൾ മറ്റൊരാളുടെ ഇത്തരം കാര്യങ്ങളിൽ ആർക്കും ഒന്നും ചെയ്യാനില്ലെന്ന് അവൾക്ക് ബോധ്യപ്പെട്ടുതുടങ്ങിയിരുന്നു. ഒരാളെ ശരിയാക്കിയെടുക്കാമെന്നുള്ളതൊക്കെ വെറും തോന്നലുകളാണ്. ആരെങ്കിലും അങ്ങനെ മാറിയിട്ടുണ്ടെങ്കിൽ അത് തനിയെ സംഭവിച്ചതാകും.

നിത്യയുടെ അത്തരം വിചാരങ്ങളെ മുറിച്ചുകൊണ്ട് അച്ഛന്റെ പതിഞ്ഞ സ്വരം. അവളൊന്നും പറയാതെതന്നെ അച്ഛനെല്ലാം മനസ്സിലാക്കിയിരുന്നു. എല്ലാ രക്ഷിതാക്കളെയുംപോലെ ഒക്കെ ശരിയാവുമെന്ന അന്ധമായ ഒരു പ്രതീക്ഷയെപ്പറ്റി മാത്രമാണ് അച്ഛനും പറയാനുണ്ടായിരുന്നത്.

താൻ സ്വയം തിരഞ്ഞെടുത്ത ഒരാളെപ്പറ്റി മറ്റൊരാളോട്, ഇക്കാര്യത്തിൽ

അച്ഛൻ മറ്റൊരാൾ തന്നെയാണ്, സങ്കടപ്പെടാൻ അവൾക്ക് കടുത്ത വിമുഖത തോന്നി.

അവൾ ഒന്നും പറയാത്തപ്പോൾ അച്ഛൻ പോക്കറ്റിൽ കരുതി വെക്കാറുള്ള ചെറുപുസ്തകം പുറത്തെടുത്തു. കീർത്തനങ്ങളും ശ്ലോകങ്ങളും വ്യാഖ്യാനങ്ങളുമടങ്ങിയ ആ പുസ്തകം അവൾ ഇതുവരെ വായിച്ചിരുന്നില്ല. കുറച്ച് ഇലകൾ കൂടി വീണ് അവരിരുപ്പുറപ്പിച്ച ഇലമെത്ത തിടം വെച്ചു.

ജഗന്റെയുള്ളിൽ താൻ സുരക്ഷിതനല്ല എന്ന വിചാരമാണ് നിറഞ്ഞു നിൽക്കുന്നത്. നിലവിലുള്ള സൗഭാഗ്യങ്ങളോ സൗകര്യങ്ങളോ അയാളിൽ കുമിഞ്ഞുകൂടിയിട്ടുള്ള അരക്ഷിതബോധത്തെ മാറ്റുന്നതേയില്ല. അതീവ സുന്ദരമായ പരിസരമോ നിത്യയുടെ സാമീപ്യമോ അയാളുടെയുള്ളിലെ തീയ്ക്കുമേൽ ഒരു കുളിരും വീഴ്ത്തുന്നില്ല.

ഒരിക്കൽ ജഗൻ അവളോട് പറഞ്ഞത് മനസ്സ് ഏകാഗ്രമാക്കാൻ അയാൾ ഒരു കറങ്ങുന്ന പമ്പരത്തിന്റെ രൂപം കണ്ണടച്ച് ധ്യാനിക്കാറുണ്ടെന്നാണ്. നിസ്സഹായനായി അയാൾ തുടർന്നു. തന്റെ സങ്കല്പത്തിലെ പമ്പരം എപ്പോഴും എതിർദിശയിലാണ് കറങ്ങുന്നത്.

വീട്ടിൽ തിരിച്ചെത്തിയപ്പോൾ നിത്യക്ക് ആശ്വാസം തോന്നി. വൈകുന്നേരം ജഗൻ മടങ്ങിയെത്തി. തിരുനെൽവേലിയിലെ സ്വന്തമായി നെയ്ത്തുശാലയുള്ളവരുടെ കടയിൽ നിന്നും വാങ്ങിയതെന്ന് പറഞ്ഞ് ഒരു സാരി ജഗൻ അവൾക്കുനേരെ നീട്ടി. അവൾ അത്ഭുതം നിറഞ്ഞ തന്റെ കണ്ണുകൾ മൃദുവായി തുടച്ചുകൊണ്ട് വീണ്ടും വസ്ത്രപായ്ക്കറ്റിൽ നോക്കി. അച്ഛൻ മടങ്ങിക്കഴിഞ്ഞപ്പോൾ അവർ പുറത്തുപോകാനൊരുങ്ങി. അത്യപൂർവ്വമായ അത്തരം ആഹ്ലാദവേളകൾ മനോഹരമായിക്കൊള്ളട്ടെ എന്നു കരുതി അവൾ പുതിയ വസ്ത്രം തന്നെ ധരിച്ചു.

കാട്ടുചീവീടുകൾ സംഗീതം നിർത്തിയ വനവും കടന്ന് മുളങ്കാടുകൾക്കപ്പുറമുള്ള ആശ്രമം വരെ അവർ നടന്നു. ഏറെയൊന്നും സംസാരിച്ചില്ലെങ്കിലും അയാളുടെ ഉള്ളിലെ ആയാസം കുറിഞ്ഞിട്ടുണ്ടെന്ന് അവൾക്ക് തോന്നി. അത്രയും നല്ലത്. അത്രയും കൃപ. അവൾ നന്നായി ശ്വാസം ഉള്ളിലേക്കെടുത്ത് അവസരത്തിന്റെ സാരള്യത്തിൽ ലയിച്ചു. വീട്ടിൽ മടങ്ങിയെത്തിയശേഷം അവൾ വസ്ത്രം മാറേണ്ടതില്ലെന്ന് തീരുമാനിച്ചു. അതിന്റെ പുതുഗന്ധം ഈ ദിവസം തനിക്ക് കൂട്ടാവട്ടെ. രാത്രിയിൽ വീട്ടിലെ വാതിലുകൾ പുരുഷന്മാരാണെന്നും ജനാലകൾ സ്ത്രീകളാണെന്നും അവൾക്ക് തോന്നി. ഉറങ്ങാൻ അവർ മുകളിലത്തെ നിലയിലുള്ള മുറിയിലേക്കു പോയി. കട്ടിലിനരികിലുള്ള ജനാലയിലെ വെള്ള കർട്ടൻ അവൾ വിടർത്തിയിട്ടു. നിലാവിൽ പുഴക്കാറ്റ് ജനാലയെ വിവസ്ത്രയാക്കുന്നത് അവൾ അറിഞ്ഞു.

ജഗൻ പഴയ ആളായെന്നൊരു കുറുമ്പ് അവളിൽ പൊട്ടിമുളച്ചു. ശരീരമെന്ന മാധ്യമമില്ലാതെ സ്നേഹം പങ്കിടാനാവില്ലെന്ന് അന്നേരം അവൾ ഉറച്ചു വിശ്വസിച്ചു.

പിറ്റേന്നു രാവിലെ ജഗന്റെ മുഖം കണ്ടപ്പോൾ ഇന്നലത്തേത് എവിടെ നിന്നോ തങ്ങൾക്ക് തെറ്റായി അനുവദിച്ചുകിട്ടിയ മണിക്കൂറുകളായിരുന്നു എന്നവൾക്ക് ബോധ്യമായി.

കമ്പ്യൂട്ടർ മുറിയിലെ വേസ്റ്റ് ബക്കറ്റിൽ നിറയെ ജഗൻ ചുരുട്ടിയിട്ട പേപ്പറുകൾ. അയാളുടെ മുഖം മുൻപെങ്ങുമില്ലാത്ത ഭീതി നിറഞ്ഞതായിരുന്നു.

വർഗ്ഗീയതയും വംശീയതയും കീറിമുറിച്ച ഭൂപ്രദേശങ്ങളിലൂടെ വണ്ടിയോടിച്ചു മടങ്ങിവരുമ്പോൾ ജഗൻ പറയാറുള്ളത് അവൾ ഓർമിച്ചു. ഒരേ ദേശീയതയിൽ എത്ര ഭിന്നരായാണ് നാം കഴിയുന്നത്.

അച്ഛനെ വിളിച്ചു വരുത്തിക്കൊള്ളാൻ പറഞ്ഞ് അയാൾ തിടുക്കത്തിൽ ബാഗിൽ കടലാസുകൾ കുത്തി നിറച്ചു. അച്ഛനോട് പറഞ്ഞുറപ്പിച്ചതിൽ നിന്നു വിരുദ്ധമായി അയാൾ നേരത്തെ മടങ്ങുകയാണെന്ന് അവൾ മനസ്സിലാക്കി.

കുളിക്കുകയോ പ്രഭാതഭക്ഷണം കഴിക്കുകയോ ചെയ്യാതെ അയാൾ നടന്നുമറയുന്നതവൾ നോക്കി നിന്നു.

അച്ഛനെ വിളിച്ചുവരുത്തേണ്ടതില്ലെന്നവൾക്ക് തോന്നി. ഒറ്റപ്പെടാൻ വിധിക്കപ്പെട്ടവർ അങ്ങനെ തന്നെ കഴിയുന്നതാണ് നല്ലത്. മൂന്നാം ദിവസമാണ് അയാൾ തിരിച്ചുവന്നത്. കോളിങ്ബെല്ലടിക്കുന്നത് കേട്ട് കിളികളാണോ മനുഷ്യരാണോ വന്നതെന്നറിയാതെ അവൾ വാതിൽ തുറക്കുമ്പോൾ ജഗൻ വാതിലിനു പിന്തിരിഞ്ഞ് നില്ക്കുകയായിരുന്നു. അങ്ങനെയൊരു നില്പ് തീർത്തും അസ്വാഭാവികമാണെന്ന് അവളുടെ മനസ്സ് നടുക്കം കൊണ്ടു. പുറത്തെന്തെങ്കിലും ശബ്ദം കേട്ടിട്ടാണെങ്കിൽ അത് സ്വാഭാവികമായ നില്പാവുമല്ലോ എന്നവൾ സ്വയം തിരുത്തി. സ്വാഭാവികം/അസ്വാഭാവികം എന്ന സമസ്യ അവളെ കുഴക്കികളയുകയാണെന്നറിയാതെ ജഗൻ വീടിനുള്ളിലേക്ക് കയറി.

ഓഫീസ്മുറിയിലെ മേശമേൽ അയാൾ ബാഗ് വലിച്ചെറിയുമ്പോൾ അക്കരെ നിന്നും ദേവാലയത്തിലെ മണിയൊച്ച പുഴകടക്കാനൊരുങ്ങി. തുടർമണി നാദങ്ങളുണ്ടാവാതെ പുഴയ്ക്കിടയിലെവിടെയോ ശബ്ദം തറഞ്ഞുപോയതായി നിത്യയ്ക്ക് തോന്നി.

ജഗൻ കുളിക്കാൻ കയറിയപ്പോൾ അവൾ ഓഫീസ് മുറിയിൽ വന്നിരുന്നു. അയാളുടെ ബാഗിൽ നിന്നും തലനീട്ടിയ ഫയലിൽ റെയിൽവേയുടെ സീസൺടിക്കറ്റ് കണ്ട് അവൾ ചാടിയെഴുന്നേറ്റു. ഫയൽ പുറത്തെടുത്ത് അവൾ കടലാസുകൾ മറിച്ചു. അയാളുടെ രാജി സ്വീകരിച്ച് ജോലിയിൽ നിന്നും വിടുതൽ നൽകിക്കൊണ്ടുള്ള കത്ത്.

അരക്ഷിതവും അതൃപ്തവും അസ്വസ്ഥവുമായ സ്വന്തം മനോനില ഒരു പകർച്ച വ്യാധിയായി തന്നിലേക്ക് പടർത്തുന്നതിൽ ജഗൻ വിജയിച്ചിരിക്കുന്നു. വനത്തിൽ നിന്നും പുറത്തുകടക്കാറുള്ള കറുത്ത തുമ്പികളുടെ

ചിറകുകളായി അവളുടെ കൈകൾ വിറയ്ക്കാൻ തുടങ്ങി. ജഗൻ ഓടിക്കുന്ന തീവണ്ടിക്കുമുന്നിൽ കയറി നിന്ന് കൈവീശാനുള്ള അവസരം തനിക്ക് ഒരിക്കലും ഇനി ലഭിക്കില്ലല്ലോ എന്ന നിരാശയിൽ വീടിന്റെ ബലിഷ്ഠമായ വാതിലുകൾ കടന്ന് അവൾ മുറ്റത്ത് വന്നു നിന്നു.

രാത്രി അയാൾ ഭക്ഷണം വേണമെന്ന് പറയുകയോ അവൾ അത് തയ്യാറാക്കുകയോ ചെയ്തില്ല. തലയിണയിൽ മുഖമമർത്തുമ്പോൾ ഇരുട്ടാണ് വാസ്തവമെന്നും പകൽവെളിച്ചം ഒരു ഭ്രമം മാത്രമാണെന്നും അവൾക്കു തോന്നി. അച്ഛന്റെ ചെറുപുസ്തകത്തിലെ ഒരു കീർത്തനമെങ്കിലും പഠിച്ചിരുന്നെങ്കിൽ മനസ്സിനെ അതിലേക്ക് കടത്തിവിടാമായിരുന്നു. സമയം കടന്നുപോവുക തന്നെയാണെന്ന് ഓർമിപ്പിക്കുന്ന ടൈംപീസിന്റെ ഭീതിദമായ മിടിപ്പുകൾ നിശ്ശബ്ദതയിൽ വ്യക്തമായിരുന്നു. കാറ്റുനിലച്ച് ജനാല വിരികൾ സ്വസ്ഥാനം വീണ്ടെടുക്കുകയാണ്. കറന്റു പോയതിനാൽ ബെഡ്റൂം ലാംപ് അണഞ്ഞു. അയാൾ ഉറങ്ങുകയാണോ എന്നവൾക്ക് അറിയണമെന്നില്ലായിരുന്നു. അല്ലെങ്കിൽ പതിവു പോലെ ഒരു സ്പർശം കൊണ്ടത് അവൾക്ക് ഉറപ്പാക്കാമായിരുന്നു.

പുഴയ്ക്കക്കരെയുള്ള ദേവാലയത്തിലെ മണിയൊച്ചയാണ് രാവിലെ അവളെ ഉണർത്തിയത്. കിടക്കയിൽ ജഗനെ കണ്ടില്ല. അവൾ മുകളിലത്തെ നിലയിൽ നിന്നും താഴേക്ക് വന്നു. അടുക്കളയിലും സ്വീകരണമുറിയിലും അയാളെ കാണാതെ അവൾ ഓഫീസ് മുറിയിലെത്തി. വെറും തറയിൽ ജഗൻ ശീർഷാസനത്തിലാണ്. അയാളെ അങ്ങനെ അവൾ മുൻപ് കണ്ടിരുന്നില്ല. തറയിൽ അമർന്നിരിക്കുന്ന അയാളുടെ തല ചെറുതായി വിറയ്ക്കുന്നുണ്ട്. കണ്ണുകൾ അയാൾ ചേർത്തടച്ചിരുന്നു. എതിർദിശയിൽ കറങ്ങുന്ന പമ്പരത്തിന്റെ ധ്യാനം അയാൾ പൂർത്തിയാക്കുകയാണ്.

അയാൾ തീവണ്ടിയോടിച്ചിരുന്ന റൂട്ടിലെ ആരുവാമൂഴിയിൽ ശാന്തമായി നേർദിശയിൽ കറങ്ങുന്ന നൂറുകണക്കിനു വിൻഡ് മില്ലുകൾ ഉള്ളതിൽ ഒന്നു പോലും അയാളുടെ ധ്യാനത്തിൽ കടന്നുവരുന്നില്ലല്ലോ എന്നവൾ നിലവിളിച്ചുപോയി.

വീടിന്റെ മുൻവാതിൽ ചാരി നിത്യ പുറത്തിറങ്ങി. മഞ്ഞ് നേർത്ത ചാര നിറമുള്ള പുതപ്പായി പുഴയെ മൂടിയിരുന്നു. തന്റെ ജീവിതത്തിലെ ഏറ്റവും വലിയ സന്ദിഗ്ധതയും ചുമന്ന് അവൾ വനത്തിലേക്കുള്ള തൂക്കുപാലത്തിനു നടുവിലെത്തി. താഴെ തോട്. വരണ്ടുനേർത്തും നിറഞ്ഞുകവിഞ്ഞും കലങ്ങിമറിഞ്ഞും ഒരേ തോടുതന്നെയാണ് തന്നെ വിഹ്വലയാക്കുന്നത്.

കാറ്റിൽ ചുരുളൻ മുടിയിഴകൾ കണ്ണിലേക്കു പറന്നുവന്ന് അവൾ കൂടെക്കൂടെ കണ്ണുചിമ്മി. ക്രമേണ അവ തന്നെ അലോസരപ്പെടുത്താതായപ്പോൾ അവൾ അത്ഭുതപ്പെട്ടു. തന്റെ ശരീരത്തിന്റെ ഓരോ ഭാഗങ്ങളിലും ചലനം കുറഞ്ഞുവരുന്നതായി അവൾക്ക് തോന്നി. താൻ ഒരു പ്രതിമയായി മാറാൻ പോവുകയാണെന്ന് അവൾ കരുതി. അവളുടെ ധാരണയെ ബലപ്പെടുത്താനെന്നതുപോലെ ഒരു കിളി വനത്തിൽ നിന്നും പറന്നുവന്ന് അവളുടെ ചുമലിൽ ഇരിപ്പുറപ്പിച്ചു. ■

വിഷ്ണുമൂർത്തിയുടെ കണ്ണുകൾ

സ്ഥാപനത്തിന്റെ മേഖല ഓഫീസിലെ മുൻപു കണ്ടിട്ടില്ലാത്ത മാതൃകയിലുള്ള ജാലകങ്ങളിൽ ശ്രദ്ധ തടഞ്ഞ് ഞാൻ നടത്തത്തിന് വേഗത കുറച്ചു.

മേ ഐ ഹെൽപ് യൂ. വിനയം ഓർമിപ്പിക്കുന്ന, മുകളറ്റം അല്പം കീഴിലേക്കു വളഞ്ഞ അക്ഷരങ്ങൾ. കൗണ്ടറിലെ സുമുഖനായ ചെറുപ്പക്കാരനും തല കുനിച്ചാണ് എന്നെ സ്വീകരിച്ചത്. ഞാൻ നിയമന ഉത്തരവ് അയാളെ കാണിച്ചു. ഒന്നും പറയാതെ അയാൾ കോളിംഗ് ബെല്ലടിച്ചു. തൂവെള്ള വസ്ത്രങ്ങളണിഞ്ഞ വിധവയുടെ മുഖഭാവമുള്ള ഒരു പെൺകുട്ടി മണിയൊച്ചയുടെ മുഴക്കം തീരും മുൻപ് കടന്നുവന്നു. കൗണ്ടറിലെ സുമുഖൻ- അയാളുടെ പേര് അങ്ങനെ തന്നെ ആയാലും കുഴപ്പമില്ലെന്നു ഞാൻ കരുതി- അവളുടെ കൈയിൽ ഒരു ഫയൽ നൽകി. അതിനു മുകളിൽ ടി.എസ്.ശങ്കരൻ, മാർക്കറ്റിംഗ് മാനേജർ എന്നെഴുതിയിരുന്നു. എനിക്കുള്ള ആദ്യ ഫയൽ തയ്യാറാക്കി വെച്ചിരുന്നു എന്നത് എന്നെ അത്ഭുതപ്പെടുത്തി.

പെൺകുട്ടി എന്നോട് ഒപ്പം വരാൻ ആംഗ്യം കാട്ടി. ഇവരാരും സംസാരിക്കാൻ തത്പരരല്ലെന്ന വാസ്തവം എനിക്കു മനസ്സിലായി കഴിഞ്ഞിരുന്നതിനാൽ സുമുഖനോട് ഒന്നും പറഞ്ഞില്ല. പകരം നന്ദി സൂചകമായി തലകുമ്പിട്ട് ഞാൻ പെൺകുട്ടിയുടെ പിന്നാലെ നടന്നു. അവൾ ഭംഗിയായലങ്കരിച്ച ഒരു ക്യാബിനിലേക്കാണ് എന്നെ എത്തിച്ചത്. ക്യാബിനിലെ ഇളം നീലനിറത്തിലുള്ള കുഷ്യനിട്ട കറങ്ങുന്ന കസേര എനിക്കു ചൂണ്ടി കാണിച്ചുതന്ന്, മേശമേൽ എന്റെ പേരും തസ്തികയുമെഴുതിയ ഫയൽ വെച്ച്, അവൾ പിൻവാങ്ങിയത് എനിക്ക് നന്ദി പ്രകടിപ്പിക്കാൻ പോലും അവസരം തരാതെയാണ്.

സീറ്റിലിരുന്ന് ഒരു നിമിഷം ഞാൻ കണ്ണടച്ച് പ്രാർത്ഥിച്ചു. ആദ്യമായി എനിക്ക് കിട്ടിയ ജോലി. ഫയൽ തുറന്നു. ശങ്കർ കൺഗ്രാജുലേഷൻസ് ഫ്രം അവർ ഗ്രൂപ്പ് ഓഫ് കൺസേൺസ്. ഞാൻ ഒന്നു കൂടി ഫയലിന്റെ പുറം ചട്ട പരിശോധിച്ചു. അവിടെ എന്റെ പേര് ശങ്കരൻ എന്നു തന്നെയാണ് രേഖപ്പെടുത്തിയിട്ടുള്ളതെന്ന് ഉറപ്പുവരുത്തി. കാര്യങ്ങളിലേക്ക് കടക്കുമ്പോൾ തന്നെ അവരെന്റെ പേരിനുമേൽ കത്രിക വച്ചിരിക്കുന്നു.

ഫയലിൽ എന്റെ ചുമതലകൾ അക്കമിട്ട് വിവരിച്ചിട്ടുണ്ട്. മുന്നിലുള്ള കംപ്യൂട്ടറിൽ നിന്നും ദൈനംദിന വിവരങ്ങൾ ശേഖരിക്കേണ്ടതെങ്ങനെയെന്ന് കാണിക്കുന്ന ചിത്രമാണ് അടുത്തത്. എന്റെ കീഴിലുള്ള വിപണന ജോലിക്കാർക്ക് ലക്ഷ്യമിട്ടിരിക്കുന്ന പ്രവർത്തനഫലങ്ങൾ വിവരിക്കുന്ന പട്ടികയാണ് തുടർന്നുള്ള പേജുകളിൽ. ആഴ്ച-മാസക്രമത്തിലുള്ള ഫലങ്ങൾ അവർ കൈവരിക്കുന്നുണ്ടോയെന്ന് എനിക്ക് കംപ്യൂട്ടറിൽ നിന്നറിയാം. അത് പരിശോധിക്കുകയും ലക്ഷ്യം നേടാനാവാത്തവരോട് വിശദീകരണമാരായുകയും മൂന്നാഴ്ചത്തെ ദാക്ഷിണ്യാവധിക്കുശേഷവും അവർ ഫലം മെച്ചപ്പെടുത്തുന്നില്ലെങ്കിൽ ശിക്ഷണ നടപടികൾ തുടങ്ങുകയും ക്രമേണ അവരെ പുറത്താക്കുകയുമാണ് എന്റെ പ്രധാന ചുമതല. ഉല്പന്നങ്ങളെയും സേവനങ്ങളെയും പറ്റി വിതരണ ജോലിക്കാർ ശേഖരിക്കുന്ന നിർദേശങ്ങളും പരാതികളും ക്രോഡീകരിച്ച് ഉല്പാദനവിഭാഗത്തെ അറിയിക്കുകയാണ് എനിക്കുള്ള മറ്റൊരു ജോലി.

പ്രവൃത്തിസമയം, അവധി നിയമങ്ങൾ, വേതനകാര്യങ്ങൾ എല്ലാം തുടർന്നുള്ള പുറങ്ങളിലുണ്ട്. സ്ഥാപനത്തിന്റെ കേന്ദ്ര ഓഫീസിൽ നിന്നുള്ള ഈമെയിലുകൾ തുറന്നു നോക്കുകയും മറുപടി നൽകുകയും ചെയ്യുക, അന്നന്നത്തെ വില്പന നില കേന്ദ്ര ഓഫീസിലറിയിക്കുക, എന്നിങ്ങനെ ചുമതലകൾ നീളുന്നു.

ഞാൻ ജോലികളിലേക്കു കടന്നു. ഒരു മണി ആയപ്പോൾ ബെൽ. പുറത്തിറങ്ങി ഭക്ഷണം. തിരികെ വന്നു. വീണ്ടും ജോലി. വൈകുന്നേരം ചെയ്യേണ്ടതായ ജോലികൾ തപ്പിത്തടഞ്ഞാണ് ചെയ്തത്. എല്ലാം തീർത്തപ്പോൾ ആറുമണി. ഈ മെയിലിൽ ഒരു താക്കീത്-അഞ്ചു മണിക്കു തന്നെ വിവരങ്ങൾ കിട്ടണം. ആദ്യദിവസമായതിനാൽ ക്ഷമിക്കുന്നു.

ലോഡ്ജിലെ കട്ടിലിൽ കിടന്ന് ഞാനാലോചിച്ചു. ഓഫീസിൽ ഒരാൾ പോലും എന്നെ പരിചയപ്പെടാൻ വന്നില്ല. ആരും ഒന്നും പറഞ്ഞതുമില്ല. ഞാൻ കരുതിയിരുന്നതുമായി ഒന്നിനും ഒരു ബന്ധവുമില്ല. എന്നെ ക്യാബിനിലേക്ക് നയിച്ചത് ഒരു ഹോട്ടലിൽ എത്തുന്ന ആളെ ജോലിക്കാരൻ മുറിയിലേക്കു കൊണ്ടുപോകുന്നതു പോലെയാണ്. പുതിയ രീതികൾക്ക് മാറ്റമുണ്ടാവുമെന്ന് അറിയാമെങ്കിൽക്കൂടി സംസാരമില്ലാത്ത ഇങ്ങനെയൊരു ഓഫീസ് ഞാൻ പ്രതീക്ഷിച്ചിരുന്നില്ല.

ഒരാഴ്ചയാകുന്നു ഞാൻ ജോലിക്ക് ചേർന്നിട്ട്. ആരോടും ഇതുവരെ എനിക്ക് സംസാരം വേണ്ടിവന്നില്ല. ടെലിഫോണിൽ മറുപടി പറയുമ്പോൾ മാത്രമാണ് ഞാൻ ഓഫീസിൽ വാക്കുകൾ ഉരുവിടുന്നത്. സംസാരഭാഷ ക്രമേണ മറന്നു പോകുമോയെന്ന് ഞാൻ ഭയന്നു.

ഇതുപോലെ വാക്കുകൾ മിക്കപ്പോഴും മറഞ്ഞുപോയൊരിടമാണ് എന്റെ വീട്. വിട്ടുമാറാത്ത രോഗങ്ങൾ പലതുമുള്ളതുകൊണ്ടും അതിലേതെങ്കിലുമൊന്ന് പെട്ടെന്ന് അധികരിച്ചാവുമെന്നതുകൊണ്ടും അമ്മ വളരെ കുറച്ച് മാത്രമാണ് സംസാരിക്കുക. പ്രാരാബ്ധങ്ങളുടെ നടുക്കടലിൽ അച്ഛനിഷ്ടം നെടുവീർപ്പുകളാണ്. എന്റെ പരിസരം വാക്കുകൾ ഉറഞ്ഞു

പോയൊരു ശൈത്യ മേഖലയാവുന്നത് വിധികൊണ്ടാവാം. നിശ്ശബ്ദമായി ഇതെല്ലാം സഹിക്കാനുള്ള പരിശീലനത്തിലാണ് ഞാൻ.

പിറ്റേന്ന് ഓഫീസിലെ മേശപ്പുറത്ത് എനിക്കുള്ള ഒരു കുറിപ്പുമുണ്ടായിരുന്നു. മാർക്കറ്റിംഗ് വിഭാഗം തലവൻ പതിനൊന്നുമണിക്ക് ഓഫീസ് സന്ദർശിക്കുമെന്നും പത്തുമിനിട്ട് അദ്ദേഹം എന്നോട് ചർച്ച നടത്തുമെന്നും കൃത്യസമയത്ത് പ്രധാന ക്യാബിനിലെത്തണമെന്നും കുറിപ്പിലുണ്ട്.

പത്തുമിനിട്ടു മുമ്പുതന്നെ പ്രധാന ക്യാബിനു മുന്നിലെത്തി. കൃത്യം പതിനൊന്നുമണിക്ക് ഞാൻ വിളിക്കപ്പെട്ടു. കുറ്റിയായി വെട്ടിയ മുടിയും ചുവന്നു തുടുത്ത മുഖവും ടൈയും കോട്ടും. തലവനെങ്കിൽ ഇങ്ങനെ വേണമെന്ന് നമ്മെ തലകുലുക്കി സമ്മതിപ്പിക്കുന്ന ഒരു രൂപം. തീക്ഷ്ണമായ നോട്ടം.

'പത്തുമിനിട്ട് മുമ്പ് വന്ന് ഇവിടെ കാത്തുനില്ക്കാതിരിക്കാനാണ് കുറിപ്പു നല്കിയത്'.

ഞാനൊന്നു പതറി. എന്റെ അദ്ധ്യാപകൻ ഡോ. ജയദേവൻ ഇദ്ദേഹത്തിന്റെ അടുത്ത സുഹൃത്താണെന്ന് അറിയാമായിരുന്നു. അസുഖകരമായ തുടക്കത്തിൽ നിന്നൊരു മാറ്റമുണ്ടാവണമെന്ന് എനിക്ക് തോന്നി.

'ഡോ. ജയദേവൻ എന്നെ പഠിപ്പിച്ചിരുന്നു.'

' മിസ്റ്റർ ശങ്കർ, പരിചയങ്ങളെപ്പറ്റി നമുക്കു സംസാരിക്കേണ്ടതില്ല. അത് ഇവിടെ തീരെ അപ്രസക്തമാണ്. മാത്രമല്ല കമ്പനി വിലയ്ക്കു വാങ്ങിയ നമ്മുടെ സമയത്തിൽ നിന്നും കഥ പറയാനോ പരിചയങ്ങൾ സ്ഥാപിക്കാനോ സമയം മോഷ്ടിച്ചുകൂടാ. അത് കമ്പനിയുടെ പണം മോഷ്ടിക്കുന്നതിന് തുല്യമാണ്.'

ഞാൻ വല്ലാതെ വിളറിപ്പോയി. അതു ശ്രദ്ധിച്ച് തലവൻ എന്നെ ചെറുതായൊന്ന് ആശ്വസിപ്പിച്ചു.

'പ്രവർത്തനഫലങ്ങൾ മാത്രമാണ് നമുക്കാധാരം. നോക്കൂ, ആകെ പത്തു മിനുട്ട്. പ്രധാനകാര്യങ്ങൾ പറയാം. ഓർക്കുക, സൗഹൃദപരമായോ വൈകാരികമായോ ഒരു കാര്യവും ചർച്ച ചെയ്യേണ്ടതില്ല. കാരണം ലളിതം. അതൊന്നും ബിസിനസ് പ്രമോഷനിൽ വരുന്നില്ല.'

'തെറ്റുപറ്റിയതിൽ ഞാൻ ഖേദിക്കുന്നു.'

'ഖേദങ്ങൾക്കും നമ്മുടെ ചർച്ചയിൽ ഇടമില്ല. തെറ്റുകൾ പറ്റാതിരിക്കുക എന്നതാണ് പ്രധാനം.' എന്റെ വാക്കുകളൊക്കെ അസ്ഥാനത്താവുകയാണ്. വാക്കുകൾ ഒഴിഞ്ഞുപോകുന്ന ഇടങ്ങളുടെ പൊരുളുകൾ ഒരു മിന്നലായി ഉള്ളിൽ നിറഞ്ഞു.

'ഞാൻ കൂടുതൽ ശ്രദ്ധിക്കാം.'

' അതാണ് ശരി. ലക്ഷ്യമിട്ട ഫലങ്ങൾ ഉണ്ടാക്കാത്ത ഫീൽഡിലുള്ളവരെ പുറത്താക്കുക നിങ്ങളുടെ ചുമതലയുടെ ഭാഗമാണെന്നറിയാമല്ലോ.

അവരുടെ ലക്ഷ്യമിട്ട ഫലങ്ങൾ കൂട്ടുമ്പോൾ കിട്ടുന്നതാണ് നിങ്ങളിൽ നിന്നും ലക്ഷ്യമിട്ടിട്ടുള്ള ആകെ ബിസിനസ്. അത് കൈവരിച്ചില്ലെങ്കിൽ നിങ്ങളെയും പുറത്താക്കുമെന്ന് പറയേണ്ടതില്ലല്ലോ. ആ ചുമതല എനിക്കാണ്.'

ഞാൻ വിയർത്തു തുടങ്ങി. നേർത്തൊരു ചിരി തലവന്റെ ചുണ്ടുകളിൽ നിന്ന് പടർന്നു.

' മാർക്കറ്റിങ് മാനേജർമാരുടെ ടാർഗറ്റുകളെല്ലാം ചേർന്നതാണ് എന്റെ ടാർഗറ്റ്. വിഷമിക്കേണ്ടതില്ല. അതു നേടാനായില്ലെങ്കിൽ ഞാനും പുറത്താവും.'

' എനിക്കത് മനസ്സിലാവുന്നു..'

'ബന്ധങ്ങൾ അപ്രസക്തമാണെന്ന് ഞാൻ പറഞ്ഞത് അതുകൊണ്ടാണ്. നിങ്ങൾ കൊണ്ടുവരുന്ന ഫലങ്ങളുമായി ബന്ധങ്ങൾക്ക് യാതൊരു ബന്ധവുമില്ല.'

തലവൻ ഷർട്ടിന്റെ മുഴുക്കൈ അല്പം മുകളിലേക്ക് ഉയർത്തി സമയം നോക്കി.

'ശരി ശങ്കർ, നന്നായി പരിശ്രമിക്കുക.. വിജയാശംസകൾ.'

പുറത്തിറങ്ങി. അദ്ദേഹം എന്നെ കനൽ മീതേ നടത്തുകയായിരുന്നുവെങ്കിൽക്കൂടി കുറച്ച് വാക്കുകൾ കേൾക്കാനായതിൽ ഞാൻ ആശ്വസിച്ചു. തലവൻ പറഞ്ഞതൊക്കെയും കർക്കശമായ കച്ചവടക്കാര്യങ്ങൾ. എങ്കിൽപ്പോലും മൗനത്തിന്റെ കണ്ണീർപ്പരപ്പിലേക്കു വീണ വാക്കുകൾ എന്റെ മനസ്സു നിറച്ചു. ഉടനെത്തന്നെ ഞാൻ സംഭ്രമത്തിനു കീഴ്പ്പെടുകയായി. മുൻപിൽ സമാശ്വാസത്തിന്റെ കണികപോലുമില്ലാത്ത ദിവസങ്ങളാണ്. വരിഞ്ഞുമുറുകുന്ന നിയമങ്ങൾ. വളരെ ചെറിയൊരു പിഴവുപോലും കണ്ടുപിടിക്കുവാൻ എവിടെയൊക്കെയോ ചാരക്കണ്ണുകൾ. പത്തു മിനിട്ട് നേരത്തെ ഞാൻ കാത്തുനിന്നത് ആരും കണ്ടിട്ടില്ലാത്തപ്പോൾ അതെങ്ങനെ അദ്ദേഹമറിയുന്നു! ഭിത്തികൾ പോലും വിവരങ്ങൾ പകർന്നു നൽകുന്നുണ്ടാവണം.സംസാരമില്ലാത്തൊരിടത്ത് ആശയവിനിമയം എത്ര ചടുലമായാണ് നടക്കുന്നതെന്ന് ഞാനതിശയിച്ചു.

എങ്ങോട്ടുതിരിഞ്ഞാലും താക്കീതുകൾ. എപ്പോൾ എങ്ങനെ ശ്വസിക്കണമെന്നും കമ്പനി പറയുമെന്ന് ഞാൻ വിചാരിച്ചു. ഇതെന്റെ അന്നം. അതിന് വേറെ ഗതിയൊന്നുമില്ലെങ്കിലും മടുത്തുപോവുന്നു. ഇത്രയേറെ നിയന്ത്രണങ്ങളില്ലെങ്കിൽക്കൂടി നന്നായി പ്രവർത്തിക്കാനാവുമെന്ന് എനിക്കുറപ്പാണ്. അതൊക്കെ പറയണമെങ്കിൽ വാക്കുകൾ എനിക്ക് ഉപയോഗിക്കേണ്ടിയിരിക്കുന്നു. സ്വാഭാവികമായ ശ്വാസഗതിയോടെ, അയഞ്ഞ ഞരമ്പുകളോടെ, അലസമായി തുറന്ന കണ്ണുകളോടെ എവിടെയെങ്കിലും ചാരിയിരുന്ന്, പെയ്തുതുടങ്ങുന്ന മഴയുടെ താളംപോലെ ഉരുവിടുന്ന വാക്കുകൾ.

ഉത്സവസ്ഥലത്തെ പേരാലിൻ ചുവട്ടിൽ അലസമായി തുറന്ന കണ്ണുകളോടെ, അയഞ്ഞ ഞരമ്പുകളോടെ സ്വാഭാവികമായ ശ്വാസഗതിയോടെ ഇരിക്കുകയായിരുന്നു ഞാൻ.

ചെമ്മൺപാതയിലൂടെ വെടിക്കെട്ടും ആരവങ്ങളും തെങ്ങോലത്തോരണക്കുടയുമായി ഒരു ഘോഷയാത്ര വരുന്നു. തെയ്യത്തിന്റെ വരവേൽപ്. ക്ഷേത്രമുറ്റത്ത് ഇരിപ്പിടത്തിൽ ഉടയാടകളുടെ മേൽ കൈ വിടർത്തി വെച്ച് വിഷ്ണുമൂർത്തി. ആളുകൾ ദക്ഷിണനല്കി അനുഗ്രഹം തേടുമ്പോൾ വിഷ്ണുമൂർത്തി എന്തൊക്കെയോ ഉരുവിടുന്നു. കിരീടത്തിന്റെ വലിപ്പം തീർക്കുന്ന വിഷമതകളുമായി മറ്റൊരു ഇരിപ്പിടത്തിൽ പുതിയ ഭഗവതി. അവിടെയും ദക്ഷിണ, അനുഗ്രഹം ഉരുവിടൽ.

എന്റെ ഞരമ്പുകൾ കുറച്ചുകൂടി അയഞ്ഞു. കമ്പ്യൂട്ടർ സ്ക്രീനിൽ വരാത്ത നിറങ്ങൾ വലിയ കിരീടത്തിൽ തിരയുകയായിരുന്നു എന്റെ കണ്ണുകൾ. ജൈവസാന്നിധ്യം മുറ്റിയ ഒരന്തരീക്ഷത്തിൽ വന്നുപെട്ടതായി എനിക്കുതോന്നി. അത്തരമൊരവസ്ഥയിൽ ചെണ്ടയുടെ പതിഞ്ഞ താളത്തിനൊപ്പം ഞാൻ കൈകൊട്ടി.

ചൂട്ടുകറ്റകൾ കത്തുമ്പോഴുള്ള ഗന്ധത്തിൽ രാത്രിയുടെ വരവിനെ ഞാൻ തിരിച്ചറിഞ്ഞു.

കുഞ്ഞുങ്ങളുമായി വന്ന സ്ത്രീകൾ വിഷ്ണുമൂർത്തിയുടെ മുൻപിൽ തലകുമ്പിട്ടു. സുമുഖന്റെ തലകുമ്പിടൽ ഞാൻ അപ്പോൾ ഓർമിച്ചു. അന്നേരമാണ് സ്ത്രീകളുടെ പിന്നിൽ നിൽക്കുകയായിരുന്ന എന്നെ വിഷ്ണുമൂർത്തി ശ്രദ്ധിച്ചത്. അച്ഛന്റെ ചുവന്ന കണ്ണുകൾ തിളങ്ങുന്നത് എണ്ണവിളക്കിന്റെ മഞ്ഞ വെളിച്ചത്തിൽ ഞാൻ കണ്ടു. വീട്ടിലായിരുന്നുവെങ്കിൽ പുതിയ ജോലിയുടെ വിവരങ്ങൾ അച്ഛനെന്നോട് ചോദിക്കുമായിരുന്നു. ജോലിക്കു ചേർന്നതിനു ശേഷമുള്ള ആദ്യവരവിൽ അച്ഛനോട് എനിക്കും ചിലത് പറയാനുണ്ട്. വിഷ്ണുമൂർത്തിയുമായി ഒരു സംഭാഷണം ഇപ്പോൾ അസാദ്ധ്യമാണ്. വാക്കുകൾ ഉറഞ്ഞുപോകുന്ന കൂടിക്കാഴ്ച. എങ്കിലും കുരുത്തോല ഉടയാടകൾ ഇളം ഹരിതഭംഗിയിൽ അതിന്റെ പൊട്ടിമുളയ്ക്കുന്ന പുതുമയിൽ എന്നോട് സംസാരിക്കുന്നുണ്ട്. അച്ഛന്റെ മുന്നിലെ തളികയിലുള്ള ചുവന്ന പട്ടിന്റെ തിളക്കവും എന്നോട് എന്തൊക്കെയോ പറയുന്നു.

ഒരു ഉത്സവക്കാലത്ത് വിരലിലെണ്ണാവുന്ന തെയ്യം കെട്ടലുകൾ. അച്ഛൻ അവിടെ സ്വത്വം കണ്ടെത്തുന്നു. പ്രാരാബ്ധങ്ങളുടെ വൻകടലിൽ അച്ഛന വയെ നിലയറിയാനുള്ള തുരുത്തുകളാക്കി.

മുറ്റത്ത് ഗുളികൻ തിമിർക്കുകയാണ്. ഓടിയും മറിഞ്ഞും കാലിലെ വലിയ തളകൾ ചലിപ്പിച്ചും ഗുളികൻ ക്ഷേത്രത്തിന് പലവട്ടം പ്രദക്ഷിണം വച്ചു. തുടർന്ന് കുന്നിറങ്ങി ഓടി. ആളുകൾ പുറകെ അതേ വേഗത്തിൽ ഓടിയെത്തി. കുറച്ചുകഴിഞ്ഞ് ഓട്ടമായിത്തന്നെ തിരിച്ചു വന്നു. പാട്ടു പാടിയും ചെണ്ട കൊട്ടിയും സംഘം തകർക്കുകയാണ്. കൈകൊട്ടി

ക്കൊണ്ടാണ് രണ്ടുപേർ പാടുന്നത്. ആൾക്കാർ കുന്നുകയറി വന്നുകൊണ്ടിരുന്നു. ഉത്സവത്തിന്റെ പൊലിമ കുന്നിനെ ഗ്രസിക്കുകയാണ്.

അച്ഛൻ ഇടയ്ക്കിടെ എന്നെ ശ്രദ്ധിക്കുന്നുണ്ട്. നോട്ടങ്ങൾക്ക് നിനക്കവിടെ സുഖമാണോയെന്നും ശരീരം നോക്കുന്നില്ലേയെന്നുമൊക്കെ അർത്ഥമാവാം. ആദ്യശമ്പളം കിട്ടിയെന്ന് എനിക്ക് അച്ഛനോട് പറയണമെന്നുണ്ട്. വാക്കുകൾക്കുമേൽ പിന്നെയും ശൈത്യം. കുന്നിൽ മഞ്ഞ് പടർന്നുതുടങ്ങിയപ്പോൾ കിടുകിടുക്കുന്ന പല്ലുകൾക്കും നാവിനുമിടയിൽ പിറക്കാതെ പോവുന്ന വാക്കുകൾ.

ഉച്ചസ്ഥായിയിലുള്ള ശബ്ദഘോഷങ്ങൾക്കിടയിലും ഭൂമി ഒന്നാകെ മൗനത്തിലേക്കാണ് നീങ്ങുന്നത്. എല്ലായിടത്തും വാക്കുകളെ ഞെരിച്ചമർത്തിക്കൊണ്ട് പടരുന്ന മഹാമൗനം.

ഗുളികൻ ശൂലം നിലത്ത് വിലങ്ങനെയിട്ട് അതിനുമേൽ മലർന്നു കിടന്നു. ചാടിയെഴുന്നേറ്റ് വീണ്ടും ഓടി. എന്തൊക്കെയോ പറഞ്ഞുകൊണ്ട് ഗുളികനിപ്പോൾ കാണികളുടെ ഇടയിലൂടെ ഓടുകയാണ്.

കുരുത്തോലക്കിരീടങ്ങളിൽ വർണത്തുണിക്കഷ്ണങ്ങൾ മിന്നി. കരിമരുന്നിന്റെ പുക പകിടകളി സ്ഥലങ്ങളിലേക്ക് പകരുന്നു. നാലു കാലുകളിലുയർന്ന താൽക്കാലിക ചായക്കടകളിലെ ചില്ലുകൂടുകളിൽ പലഹാരങ്ങൾ തണുത്തു.

തിരക്കിൽ നിന്നു മാറി ഒരു ഉരുളൻ കല്ലിനു മുകളിൽ ഞാൻ ഇരിപ്പു പിടിച്ചു. ചെറുവെളിച്ചങ്ങൾ കുന്നുകയറുകയും ഇറങ്ങുകയും ചെയ്യുന്നു. ഉത്സവത്തിനു വരുന്നവരും പോകുന്നവരും. കരിമരുന്നിന്റെയും ചായക്കടകളിലെയും പുക നേർത്ത മഞ്ഞിനോടിടകലരുന്നു. ചെണ്ടയുടെ ആദിമതാളവും ഇഴഞ്ഞിഴഞ്ഞു നീളുന്ന പാട്ടും. ഒരു സ്വപ്നദൃശ്യത്തിലകപ്പെട്ടതായി എനിക്ക് തോന്നി. മുഖത്തെ ചായം തോർത്തുകൊണ്ട് അമർത്തിത്തുടച്ച് മഞ്ഞിലൂടെ കുന്നിറങ്ങി അച്ഛൻ വരുന്നു. നിലാവിനും വെളിച്ചം ഏറിയിട്ടുണ്ട്. ഇലഞ്ഞിപ്പൂക്കൾ നക്ഷത്രങ്ങളെപ്പോലെ പൊഴിഞ്ഞു വീഴുന്നു.

ചെണ്ടകൾ നിശ്ശബ്ദമായി. പകിടകൾ തകരപ്പാത്രങ്ങളിൽ മുട്ടുന്ന അസുഖകരമായ സ്വരം ഒടുങ്ങിയിരുന്നു. ഉറക്കത്തിൽ നിന്നും പിടിച്ചേഴുന്നേൽപ്പിക്കപ്പെട്ട കുട്ടികളുടെ പിച്ചും പേയും ഉറക്കമിളച്ചവരുടെ കൂട്ടച്ചുമയും കേൾക്കാനുണ്ടായിരുന്നില്ല. ബഹളങ്ങൾ രസിക്കാതെ ഓരിയിട്ടിരുന്ന നായ്ക്കൾ നാവടക്കിയിരുന്നു.

അച്ഛൻ അടുത്തുവന്നു. പഴയ ഉടയാടകളുടെയും എണ്ണയുടെയും ഗന്ധം. അച്ഛനെന്റെ തോളിൽ സ്പർശിച്ചു. ചുറ്റും എണ്ണമറ്റ വാക്കുകൾ നിറയുന്നത് ഞാനറിഞ്ഞു. അധിനിവേശത്തിന്റെ പുതിയ മാതൃകയിലുള്ള ജാലകങ്ങൾ വാക്കുകൾ വിഴുങ്ങാൻ തുറന്നുതന്നെയിരിക്കുകയാണെന്ന് ഞാനപ്പോൾ ഓർമ്മിച്ചില്ല. മഞ്ഞിലും ചൂടുണ്ടായിരുന്ന അച്ഛന്റെ വിരലുകളിൽ ഞാൻ കൈപ്പടം ചേർത്തു. ■

ദീക്ഷ

മലമടക്കിലെ തുരങ്കത്തിലേക്ക് കയറിപ്പോകുന്ന ഒരു തീവണ്ടി. ചെറിയ യൊരു റെയിൽവേ സ്റ്റേഷൻ. പുറം തിരിഞ്ഞ് നിന്ന് തീവണ്ടിക്കുനേരെ കൈവീശുന്ന ഒരാൾ. എതിർദിശയിൽ ആഹ്ലാദഭരിതരായി നടന്നുവരുന്ന യുവാവും യുവതിയും. രണ്ടു ദിശകളിലായി പച്ചയും ചുവപ്പും സിഗ്നലു കൾ. പ്ലാറ്റ്ഫോമിലെ കുപ്പത്തൊട്ടിക്കുമേൽ തുറിച്ച കണ്ണുമായിരിക്കുന്ന പൂച്ച.

വെക്കേഷൻ

ഓയിൽ പെയിന്റിംഗ്

ശങ്കരദാസ്

ദാസ് എന്റെ സുഹൃത്താണ്. അയാൾ ഒരിക്കലും ചിത്രം വരച്ചിട്ടില്ല. എന്റെ സ്വപ്നത്തിലേക്ക് വെക്കേഷൻ എന്ന ഓയിൽപെയിന്റിംഗുമായി ഇന്നലെ രാത്രി അയാൾ കടന്നുവന്നത് എന്തിനാണെന്ന് എനിക്കറിയാം. ഗീതയെ പിരിയാൻ സമയമായി എന്ന സൂചന എനിക്കു ലഭിക്കേണ്ട ഒരു ഘട്ടമായിരുന്നു അത്. എനിക്ക് മുന്നറിയിപ്പുകൾ ആവശ്യമായി വരു മ്പോൾ സ്വപ്നങ്ങളിൽ പെയിന്റിംഗുകളായി അവ വന്നു നിറയുക പതി വാണ്. ഇത്തവണത്തെ ചിത്രകാരൻ ബ്രഷ് തൊടാത്ത പാവം ശങ്കര ദാസായി എന്നുമാത്രം.

പുഴയിലേക്ക് നോക്കിയിരിക്കെ വഞ്ചിക്കു വേഗം പോരെന്ന് എനിക്ക് തോന്നി.

വിരൽത്തുമ്പിലെ ചുണ്ണാമ്പ് വെള്ളത്തിൽ കഴുകി കളഞ്ഞ് ചുവന്ന തലേക്കെട്ടുകാരൻ വഞ്ചിയുടെ മറുതലയ്ക്കൽ നിവർന്നിരുന്നു. എതിരെ മാനം നോക്കിയിരുന്ന നീല ഷർട്ടുകാരനോടയാൾ ചോദിച്ചു:

“എന്നിട്ടെന്താക്കി?”

അയാൾ ഒന്നും പറഞ്ഞില്ല.

“നീ കച്ചവടമൊഴിഞ്ഞോ?”

“എനിക്കതിന്റെ വെളുപ്പ് ഇഷ്ടമായില്ല.”

“ദേഹത്ത് പുള്ളിയുണ്ടോ?”

“പുള്ളിയുണ്ടായിരുന്നെങ്കിൽ എടുപ്പായേനെ. പക്ഷെ ആ ക്ടാവ് നല്ലതാ.”

ബീഡിപ്പുകകൊണ്ട് വൃത്തമുണ്ടാക്കി അത് മുകളിലേക്ക് ഉയരുന്നതും നോക്കി നീല ഇരുന്നു. തലേക്കെട്ട് പറഞ്ഞു.

“സംരക്ഷിച്ചാലവൾ മിടുക്കിയാവും. നിനക്കത് ഒറപ്പിക്കാം.”

“വെല കൊണ്ടൊക്കണ്ടെ? അവന് എന്തൊരാർത്തിയാ?”

“ പെറ്റ് മൂന്നു ദിവസമായ ക്ടാവിനെ ആട്ടിറച്ചിയുടെ കൂടെ ചേർക്കാനായിട്ട് വെട്ടാൻ കൊടുക്കണ പാപിയാണവൻ.”

വഞ്ചിക്കാരൻ എന്നെയാണ് ശ്രദ്ധിക്കുന്നത്. അച്ഛനെപ്പറ്റി അയാൾ ഓർത്തുകാണും. എണ്ണമറ്റ തവണ അച്ഛനെ കമ്പനിയിൽ കൊണ്ടുപോയിട്ടുള്ള വഞ്ചി. ഇതേ വഞ്ചിയിൽ തന്നെയാണ് ഇരിപ്പിടങ്ങളായുള്ള രണ്ടു വിലങ്ങൻ പടികൾക്കു മേലെ വെള്ളത്തുണിയിൽ മൂടി അച്ഛൻ കമ്പനിയിൽ നിന്നും മടങ്ങിയത്. പുഴവെള്ളമെടുത്ത് മുഖം കഴുകാത്ത അച്ഛന്റെ ഒരേയൊരു യാത്ര.

തലേക്കെട്ടുകാരൻ പുഴയിലേക്ക് നീട്ടിത്തുപ്പി. ചുവപ്പുനീരും പുകയിലത്തുണ്ടുകളും സ്ഫടിക ജലത്തിലൂടെ താഴേയ്ക്കിറങ്ങി. ബീഡിപ്പുകയോടൊപ്പം നീലഷർട്ടുകാരൻ തുടർന്നു:

“ക്ടാവിന് പാലുവേണ്ടല്ലോ. ഇവനൊക്കെ എവിടെച്ചെന്ന് തീരും?”

വഞ്ചി ഉലഞ്ഞു. പുഴവെള്ളത്തിൽ മേഘങ്ങൾ കെട്ടുപിണഞ്ഞു. വഞ്ചിക്കാരൻ മുളങ്കമ്പ് പുഴയുടെ അടിയിലെ പാറയിൽ കുത്തി ശക്തിയായി തള്ളി. വണ്ടിയുടെ വേഗം കൂടി. എനിക്ക് ആശ്വാസമായി.

തലേക്കെട്ട് പ്രശ്നം തീർപ്പാക്കുകയാണ്:

“അതൊന്നും സാരമില്ലന്നേ. നീയതങ്ങ് ഒറപ്പിക്ക്.”

നീല ഷർട്ടുകാരന് ഇക്കുറി ദേഷ്യം വന്നു:

“ഇറച്ചിക്കച്ചോടോം പാല്ക്കച്ചോടോം ഒരുമിച്ച് നടത്തണ നിനക്കത് സാരോണ്ടാവില്ല.”

പുകയിലച്ചണ്ടി തൊണ്ടയിൽ കുരുങ്ങി തലേക്കെട്ടുകാരൻ ചുമച്ചു. ശരീരം കുടഞ്ഞുള്ള അയാളുടെ ചുമയിൽ വഞ്ചി ഉലഞ്ഞു.

പുഴയ്ക്കക്കരെ നിന്നും ദീർഘമായ് തുടങ്ങി പെട്ടെന്ന് കുറുകിപ്പോവുന്ന ഒരു കൂകലിനായി ഞാൻ കാതോർക്കുകയായിരുന്നു. വറുത്ത കടലയുടെ പൊതിയുമായി അച്ഛൻ വരും. മണ്ണെണ്ണ സ്റ്റൗവും ചീനച്ചട്ടിയും മണലും കടലയുമായി, കാഴ്ചശക്തി തീരെ കുറഞ്ഞതിനാൽ വളരെ കട്ടിയുള്ള കണ്ണടവെച്ചൊരാൾ അയാളെ സംബന്ധിച്ചിടത്തോളം അത്യപകടകരമായ ആ തൊഴിൽ ചെയ്യുന്നത് അച്ഛനൊരിക്കൽ എനിക്ക് കാണിച്ചു തന്നിട്ടുണ്ട്.

ആംബുലൻസായി അച്ഛന്റെ ഇതേ വഞ്ചി പുഴയ്ക്കക്കരെ വന്നു നിന്ന ദിവസം ഞാനോർമ്മിച്ചു. കോളേജിന്റെ പിന്നിലെ ഇടവഴിയിൽ വെച്ച് ഗീതയെ ഉമ്മ വച്ച ദിവസമായിരുന്നു അത്. ജമന്തിപ്പൂക്കളുടെ ഗന്ധം നിറഞ്ഞ ആ ഒരൊറ്റ നിമിഷം എന്റെ തുടർന്നുള്ള മണിക്കൂറുകളെ ഹരം പിടിപ്പിച്ചിരുന്നു. പൈതഗോറസിനെ ഉപേക്ഷിച്ച് അടുത്ത മുറിയിൽ ഷേക്സ്പിയറിന്റെ കൂടെക്കൂടിയ ദിവസം. എസി സ്ക്വയർ ഈസ് ഈക്വൽ റ്റു ദി ബ്രൈറ്റ്നെസ് ഓഫ് ഹേർ ചീക് വുഡ് ഷെയിം ദോസ് സ്റ്റാർസ്. പുതിയ സമവാക്യങ്ങൾ തലയ്ക്കു പിടിച്ച പകൽ. അച്ഛനെപ്പോലും ഞാൻ മറന്നു തുടങ്ങുകയായിരുന്നു. വെള്ളത്തുണിയിൽ മൂടിപ്പുതച്ചു വന്ന് അച്ഛനെന്നെ ഓർമപ്പെടുത്തിയതെന്താണ്? എന്തിനെയും ഉരുക്കുന്ന കനൽക്കട്ടകൾ ജ്വലിച്ചുകിടപ്പുണ്ട്. ഇനി നിന്റെ ഊഴമാണ്.

വഞ്ചി ഇറങ്ങി ഞാൻ ബസ് സ്റ്റോപ്പിനടുത്തുള്ള കണ്ണടക്കടയിലേക്ക് നടന്നു. കണ്ണടയുടെ ഇളകിപ്പോയ കാലുകൾ ഉറപ്പിക്കണമെന്ന് പല ദിവസമായി ഞാൻ വിചാരിക്കുന്നു. വളരെയേറെ പരിമിതികളുള്ള ഒരു പ്രണയമാണ് എന്റേതെന്ന് കഴിഞ്ഞ ദിവസവും ഞാൻ ഗീതയോട് പറഞ്ഞിരുന്നു. മൂക്കിനു മേലെ നിന്ന് കണ്ണട മിക്കപ്പോഴും താഴേക്ക് ഇഴഞ്ഞിറങ്ങുന്നു. ഗീത ഒരിക്കലത് ചൂണ്ടിക്കാട്ടിയപ്പോൾ കാലുറയ്ക്കാത്ത നമ്മുടെ സ്നേഹത്തിന് ചേർന്നതാണ് ഈ കണ്ണടയെന്ന് ഞാൻ പറഞ്ഞിരുന്നു.

പ്രശ്നങ്ങളാണ് ഒരാളെ നിലനിർത്തുന്നതെന്ന് ഞാൻ സമാശ്വസിച്ചു. പ്രശ്നങ്ങളൊന്നുമില്ലാത്ത ഒരാൾ വെറും പൊങ്ങുതടി മാത്രമായിരിക്കുമെന്ന് ഞാൻ കരുതി. അച്ഛൻ പോയതിനുശേഷം ആദ്യമായാണ് ഞാനിന്ന് കോളേജിലെത്തുന്നത്. പെട്ടെന്ന് ഞാനച്ഛനെ ഓർത്തു. ഒരു ഗുഹയിൽ നിന്നും ലോകത്തെ കാണും പോലെ അച്ഛൻ കഴുത്തൽപം മുന്നോട്ടാഞ്ഞാണ് നടന്നിരുന്നത്. അച്ഛന്റെ തല തന്റെ വരവറിയിക്കുന്ന ഒരു പൈലറ്റ് വാഹനത്തെ ഓർമ്മിപ്പിച്ചു.

ഗതികേടുകൾ അച്ഛനോടൊപ്പം എപ്പോഴും ഉണ്ടായിരുന്നു. ഒരിക്കൽ അച്ഛന്റെ മുടി വെട്ടിക്കൊണ്ടിരുന്നപ്പോഴാണ് ക്ഷുരകന് ഭ്രാന്തിളകിയത്. മുടിവെട്ടിനിടയിൽ മയങ്ങിപ്പോയ അച്ഛന്റെ തല അയാൾ വികൃതമാക്കി. മറ്റൊരു ബാർബർഷോപ്പിൽ പോയി തലമുടി വടിച്ചു കളഞ്ഞാണ് അച്ഛനന്ന് വീട്ടിൽ വന്നത്.

അതിനു തലേ ആഴ്ചയിലാണ് തല മുണ്ഡനം ചെയ്തൊരാൾ പടവുകൾ കയറിപ്പോകുന്ന ഒരു പെയിന്റിംഗ് എന്റെ സ്വപ്നത്തിൽ വന്നുപെട്ടത്. അയാളുടെ ഇടത്തെ തോളിൽ ഒരു ഉത്തരീയവും വലതു കയ്യിൽ ഒരു മൊന്തയുമുണ്ടായിരുന്നു. അയാളുടെ തലക്കു മുകളിൽ അരയാലിലകൾ നിറഞ്ഞൊരു ചില്ലയും വലത്തെ ചുമലിൽ ചാരനിറമുള്ള ഒരു പ്രാവും ഉണ്ടായിരുന്നു.

വിശ്രാന്തി

വാട്ടർ കളർ

ചന്ദ്രഭാനു

എന്റെ സഹപാഠിയും അത്യാവശ്യം ചിത്രം വരയ്ക്കുന്ന ആളുമായിരുന്നു ചന്ദ്രഭാനു എന്നത് എനിക്ക് ആഹ്ലാദകരമായി. സ്വപ്നം കുറച്ചുകൂടി യുക്തിഭദ്രമായതിൽ ഞാനാശ്വസിച്ചു. എങ്കിൽ കൂടി അച്ഛന്റെ രൂപ മാറ്റം എന്നെ വല്ലാതെ സ്പർശിച്ചു.

തല മുണ്ഡനം ചെയ്ത ശേഷം അച്ഛൻ എന്നെ അത്ഭുതപ്പെടുത്തി. താനത് ഉദ്ദേശിച്ചില്ലെങ്കിൽക്കൂടി ഏതായാലും ഇങ്ങനെയൊക്കെയായ സ്ഥിതിക്ക് ഇനി ചില ക്ഷേത്രങ്ങളിൽ പൊയ്ക്കളയാമെന്ന് അച്ഛൻ പറഞ്ഞു. കാലിയായ കീശയുമായി രാമേശ്വരത്തോ തിരുപ്പതിയിലോ പോകാനാവാതെ അച്ഛൻ അടുത്തുള്ള ക്ഷേത്രങ്ങൾ കയറിയിറങ്ങി.

നീണ്ട അവധിക്കുശേഷമുള്ള വരവിൽ ഇടവഴിയിലൊരിടത്തും ഗീതയെ കണ്ടില്ല. കണ്ടിരുന്നെങ്കിൽ ക്രിസ്റ്റഫർ മാർലോയിൽ നിന്നുപോലും എടുത്തെറിയപ്പെട്ടിരുന്ന ഞാൻ അവളെ ചുംബിക്കുമായിരുന്നോയെന്ന് എനിക്ക് ഉറപ്പില്ലായിരുന്നു.

ഏതൊരച്ഛനെയും പോലെ എന്നെ വലിയൊരു നിലയിൽ കാണാൻ അച്ഛൻ ആഗ്രഹിച്ചിരുന്നു. ഒരിക്കലുമത് പറഞ്ഞിട്ടില്ലെങ്കിലും എന്റെ പഠനത്തിലുള്ള അച്ഛന്റെ താൽപര്യങ്ങൾക്കിടയിൽ അത്തരം പറച്ചിലുകൾ ഒളിഞ്ഞുകിടന്നു. കിഷോർ എന്ന പേര് തന്നെ അച്ഛൻ എനിക്കിട്ടത് മത്സരങ്ങളുടെ പുതുലോകത്ത് പഴയൊരു പേരിന്റെ ഭാരമൊന്നും ഞാൻ വഹിക്കേണ്ടതില്ലെന്ന് കരുതിയാണ് എന്ന് അമ്മയാണ് വെളിപ്പെടുത്തിയത്. തന്റെ ചെറിയ വരുമാനത്തിൽ മറ്റെല്ലാ ആഗ്രഹങ്ങളുമുപേക്ഷിച്ചാണ് അച്ഛനെന്നെ വലിയവനാക്കാൻ പണിപ്പെട്ടത്. ഞാനെത്ര വളരണം എന്ന് ചിന്തിക്കുമ്പോൾ മാത്രം അച്ഛൻ പരിധികൾ ഇഷ്ടപ്പെട്ടില്ല.

ഒരിക്കൽ ഞാൻ ചോദിച്ചിരുന്നു : ഗീതേ, ഒരാളുടെ വളർച്ച ഗണിക്കാനുള്ള അളവുകൾ എന്തൊക്കെയാണ്? ഞാൻ സന്ന്യാസം സ്വീകരിക്കുന്നതോ നിന്നെ സ്വീകരിക്കുന്നതോ ഏതാണെന്റെ വളർച്ച? ഏതു തസ്തികയിൽ എത്തിയാലാണ് എന്റെ വളർച്ച പൂർണ്ണമാവുക?

മേൽത്തട്ടിനോടു ചേർന്ന് മഞ്ഞ ആർച്ചുകളുള്ള കോളേജ് വരാന്ത. അതിനു മദ്ധ്യത്തിലൂടെ നടന്നുവരുന്ന ഒരാൾ. വരാന്തക്കപ്പുറം പൂക്കൾ നിറഞ്ഞ ഉദ്യാനം. നടന്നു വരുന്ന ആൾ ഇടത്തേ കൈകൊണ്ട് ഉദ്യാനത്തിലേക്ക് പഠന ബാഗ് വലിച്ചെറിയുണ്ട്. പൂന്തോട്ടത്തിലെ ബാഗ് പതിക്കാൻ പോകുന്ന ദിക്കിൽ നിന്നും കുറച്ചു ചിത്ര ശലഭങ്ങൾ പറന്നകലുന്നു.

ബിഗിനിംഗ് ഓഫ് ദി എൻഡ്

വാട്ടർ കളർ

ജോസഫ് ജോൺ

ജോസഫ് ജോൺ ആരാണെന്ന് ഉറക്കമുണർന്നപ്പോൾ മുതൽ ഞാനാലോചിക്കുകയാണ്. എനിക്കയാളാരാണെന്ന് കണ്ടെത്താനായില്ല.

ഞാനറിയാത്തൊരാൾ എനിക്കുവേണ്ടി ചിത്രകാരനായ കൗതുകം വിട്ടു മാറും മുമ്പ് ഫോറെവർ സ്റ്റീൽസിൽ നിന്നും എനിക്കൊരു കത്തുകിട്ടി.

കത്തിൽ കമ്പനി ആശ്രിതർക്കുള്ള നിയമനം എനിക്കു നൽകുക യാണെന്ന് അറിയിക്കുന്നു. കൂടെ ഉത്തരവും. പഠനമുപേക്ഷിക്കുന്നതിന്റെ വിഷമത്തെ ജോലി ലഭിക്കുന്നതിന്റെ സന്തോഷം കൊണ്ടു പൊതിയണം. കാലിയാകുന്ന അടുക്കള ഭരണികൾ മറിച്ചൊന്നും തീരുമാനിക്കാനില്ലെന്ന് എന്നെ ബോദ്ധ്യപ്പെടുത്തിക്കൊണ്ടിരുന്നു.

അടുത്ത ദിവസം ഞാൻ ഫോറെവർ സ്റ്റീൽസിലേക്കു പോകാനൊ രുങ്ങി. പുറപ്പെടാൻ നേരത്ത് അച്ഛനോട് ചോദിച്ചിട്ടു പോകാൻ അമ്മ പറഞ്ഞു. അച്ഛനുറങ്ങിയിരുന്ന കട്ടിലിൽ നോക്കി ഞാൻ തല കുമ്പിടു മ്പോൾ അമ്മ എന്റെ നിറുകയിൽ കൈവച്ച് വാവിട്ട് നിലവിളിച്ചു.

ഇക്കുറിയും വഞ്ചിയിൽ തലേക്കെട്ടുകാരനുണ്ട്. തന്റെ അരികിൽ വന്നി രുന്ന കുറിയ മനുഷ്യനോട് അയാൾ തിരക്കി:

“ചേട്ടന്റെ വീടെവിടെയാ?”

“കൂവപ്പടീല്”

“കൂവപ്പടീല് എവിടെ?”

“ഇളകമ്പപ്പള്ളി റോഡില്”

“റോഡിലാരെങ്കിലും വീടു വയ്ക്കോ?”

കുറിയ മനുഷ്യൻ കുലുങ്ങിച്ചിരിച്ചു.

ഇപ്പോഴും വഞ്ചിക്കാരൻ എന്നെയാണ് ശ്രദ്ധിക്കുന്നത്. ഏതു ചുട്ടു പൊള്ളുന്ന നൊമ്പരത്തേയും നർമ്മം കൊണ്ടുമൂടുന്ന അച്ഛന്റെ ചാതുരി അയാളും അനുഭവിച്ചിട്ടുണ്ടാകണം. അമ്മയുടെ നിലവിളി മറക്കാൻ അച്ഛൻ കൊണ്ടുവന്നതാണ് ഈ ചിരിയെന്ന് വിചാരിക്കുമ്പോൾ എന്റെ കണ്ണ് കടയാൻ തുടങ്ങി. ഞാൻ പുഴവെള്ളമെടുത്ത് മുഖം കഴുകി. പെട്ടെന്ന് അച്ഛന് അർഹതപ്പെട്ടതെന്തോ ചെയ്തു എന്നൊരു കുറ്റബോധം എന്നിൽ നിറഞ്ഞു.

കുറിയ മനുഷ്യൻ തുടർന്നു:

“ഞങ്ങൾ പറവൂർക്കാരാ. മുപ്പതുകൊല്ലം മുൻപ് വന്നതാ.”

ആക്രമിക്കാൻ കിട്ടിയ പഴുത് തലേക്കെട്ട് മുതലാക്കി: “എന്നാലിനീം ഈ നാണക്കേട് പറയല്ലേ. ഇനി കൂവപ്പടിക്കാരാണെന്ന് പറ!”

ആദ്യമായി ഫോറെവർ സ്റ്റീൽസിന്റെ കവാടം കടക്കുമ്പോൾ അച്ഛന്റെ വിവരണങ്ങൾ എന്റെ കാതിൽ പതിച്ചു. കാന്തശക്തിയുള്ള വലിയൊരു ലോഹക്കഷ്ണം പിടിപ്പിച്ച ക്രെയിൻ ലോറിയിൽ നിന്നും ഇരുമ്പുതുണ്ടു കൾ പൊക്കിയെടുക്കുന്നു. ജ്വലിക്കുന്ന ഫർണസിന് മുകളിൽ വെച്ച് ലോഹ ക്കഷ്ണത്തിന്റെ കാന്തശക്തി നഷ്ടപ്പെടുന്നു. ഇരുമ്പു കഷ്ണങ്ങൾ ഫർണ സിൽ വീണുരുകുന്നു. ഒരു ചാലിലൂടെ ലാവ ഒഴുകിച്ചെന്ന് തീ നിറമാർന്ന

ഇരുമ്പുകട്ടകൾ രൂപപ്പെടുന്നു. അവ മിന്നൽപ്പിണർ പോലെ നേർത്ത് ശര വേഗത്തിൽ പുറത്തേക്ക് നീണ്ടുവരുന്നു. ഒരാൾ നീളമുള്ള ഒരു കൊടിൽകൊണ്ട് മിന്നൽപ്പിണരിനെ കമ്പിക്ക് വേണ്ടതായ അളവിനുള്ള അച്ചിലേക്ക് അതീവ ചടുലതയോടെ പിടിച്ചിടുന്നു. അച്ചിൽ നിന്നും വിവിധ അളവിലുള്ള കമ്പികൾ രൂപപ്പെടുന്നു. അച്ഛൻ മരിച്ച ദിവസത്തിനു മുൻപ് സ്വപ്നത്തിൽ വന്ന പെയിന്റിംഗ് ഞാൻ ഓർമിച്ചു. കറുത്തൊരു മനുഷ്യൻ പെയിന്റിംഗ് തൂക്കിക്കൊണ്ട് വന്നു. അത് എന്താണെന്ന് എനിക്ക് കാണാനായില്ല. ഭിത്തിയിൽ ആണി അടിക്കുന്ന സ്വരം മുഴങ്ങുമ്പോൾ ഞാനന്ന് ഉണരുകയാണുണ്ടായത്.

യൂണിഫോം ധരിച്ചൊരാൾ എന്നെ കമ്പി അച്ചിലേക്ക് പിടിച്ചിടുന്നതിന്റെ പണി നടക്കുന്ന തറയിലേക്ക് കൊണ്ടുപോയി. ജ്വലിച്ചു നീണ്ടുവരുന്ന കമ്പികൾ കണ്ട് ഞാൻ സ്തബ്ധനായി. ഞാനയാളോട് പതുക്കെ ചോദിച്ചു:

"അച്ഛൻ ഇവിടെ?"

അയാൾ സാവകാശം തലയാട്ടി.

പൊടുന്നനവെ ഞാൻ കാണാതെപോയ ദാരുണമായ പെയിന്റിംഗ് എന്റെ മുന്നിൽ പിറവികൊണ്ടു. തീക്കുന്തമായി അതിവേഗത്തിൽ നീണ്ടുവരുന്ന കമ്പികൾ. അച്ഛന്റെ കൊടിലിന് പിഴയ്ക്കുന്നു. അവ അച്ഛന്റെ നെഞ്ചിലും വയറിലുമൊക്കെ തുളഞ്ഞ് കയറുന്നു. ഒരു മരണപ്പിടച്ചിലിനു പോലും സമയമില്ലാതെ ചോരപ്പുഴയിൽ അച്ഛൻ ഒരു തോണിയായി താഴുന്നു. യൂണിഫോമിട്ട ആൾ എനിക്ക് അച്ഛന്റേതുപോലുള്ള യൂണിഫോമുകളും ഗ്ലൗസും തന്നു. അയാൾ നീണ്ട കൊടിൽ എന്റെ കൈയ്യിൽ വച്ചു തന്നു. മറ്റേതോ ഗോളത്തിൽ നിന്ന് അച്ഛൻ പറയുന്നത് ഞാൻ കേട്ടു: ഇനി നിന്റെ ഊഴമാണ്.

തറയിലെ അച്ഛന്റെ ചോരക്കറയിലാണ് ഞാൻ ചവിട്ടി നിൽക്കുന്നത്. പെട്ടെന്ന് യന്ത്രങ്ങളുടെ മുരൾച്ച പുനരാരംഭിച്ചു. കൊടിലിന്റെ പിടിയിൽ ഞാൻ മുറുകെ പിടിച്ചു. ■

കടൽ വീട്

രവി പുഴക്കരയിലെ തുരുത്തിൽ പുൽനാമ്പുകൾക്കുമേൽ മലർന്നു കിടന്നു. മേഘങ്ങളുടെ സഞ്ചാരം കാണുക അയാൾക്ക് ഇഷ്ടമാണ്. പഴയ ബ്ലാക്ക് ആൻഡ് വൈറ്റ് സിനിമയിലെ ഗാനരംഗങ്ങളിലേതുപോലെ അവ ചന്ദ്രനെ മറച്ചും മറയ്ക്കാതെയും നീങ്ങുന്നതു കാണാൻ ചില രാത്രികളിൽ അയാൾ വീടിനുവെളിയിൽ വന്നിരിക്കാറുണ്ട്.

ഇതിന് മുമ്പ് ഇവിടെ വന്നപ്പോൾ മണപ്പുറമുണ്ടായിരുന്നു. മണപ്പുറം ഉത്സവത്തിന്റെയും ഉല്ലാസത്തിന്റെയും ഓർമ്മകളാണ് അയാളിൽ ഉണർത്തുന്നത്. ഇപ്പോൾ ഡാം തുറന്നുവിട്ട് പുഴ നിറഞ്ഞിരിക്കുന്നു. മണപ്പുറത്തെ ഉല്ലാസം ഒഴിഞ്ഞുവെന്നും പുഴ ആർത്തുകരയുകയാണെന്നും അയാൾ അറിഞ്ഞു.

മായ പുഴയിലേക്ക് ഇറങ്ങുകയാണ്. കാൽമുട്ടോളം വെള്ളത്തിലേക്ക് അവൾ ഇറങ്ങിയെങ്കിലും വെള്ളം കലങ്ങിയില്ല. അവളുടെ കണങ്കാലിൽ മീനുകൾ ഉരുമ്മിത്തുഴയുന്നത് അയാളെ അസ്വസ്ഥനാക്കി. ഒരു ചെറുകല്ല് വെള്ളത്തിലേക്കിട്ട് അയാൾ അവയെ അകറ്റി.

ഗിരി അയാളോട് പലതും ചോദിച്ചു കൊണ്ടിരുന്നു. അവന് ഈ സ്ഥലത്തെപ്പറ്റി അറിയണം. “പുഴ, ആനത്താവളം എല്ലാം നീ കണ്ടില്ലേ?”

“അച്ഛാ, പരീക്ഷാപേപ്പറിൽ വീഴുന്ന ആനമുട്ടകൾ ആനത്താവളത്തിൽ നിന്നാണോ വരുന്നത്?” യാത്രയിലാദ്യമായി അയാൾ ഉറക്കെ ചിരിച്ചു. അവധി തീരും മുമ്പ് ഒരു ദിവസം ഇവിടെ വരാമെന്ന് തീരുമാനിക്കുമ്പോഴും അതിന് ഒരു ഉല്ലാസ യാത്രയുടെ സ്വഭാവമൊന്നും അയാൾ നൽകിയിരുന്നില്ല. ജീവിതത്തിൽ അത്രയേറെ ആനന്ദിക്കുവാൻ ഒന്നുമുള്ളതായി അയാൾക്ക് തോന്നിയിരുന്നില്ല.

പുഴയിൽ നിന്നും മായ കയറി വന്നു. അവർ പുൽപ്പരപ്പിൽ ഇരുന്നു. പുഴയ്ക്കക്കരെ തേക്കിൻകാട്ടിലൂടെ ഒറ്റപ്പെട്ട ചിലർ നടന്നു. തേക്കിൻകാട് അവസാനിക്കുന്നത് പള്ളിപ്പറമ്പിനടുത്താണ്. പള്ളിയിലെ മണിയൊച്ച ഓളങ്ങളും കടന്ന് അവരുടെ അരികിലെത്തി.

“എനിക്കിവിടെത്തന്നെ ഇരിക്കാൻ തോന്നുന്നു. ”

വെള്ളത്തിൽ രൂപപ്പെടുകയും അപ്രത്യക്ഷമാവുകയും ചെയ്യുന്ന വൃത്തങ്ങളെ നോക്കിയാണ് മായ അത് പറഞ്ഞത്.

പെട്ടെന്നുവന്ന ഒരു സ്ഥലം മാറ്റ ഉത്തരവ്. അതേ മാസം തന്നെയാണ് മായയ്ക്കു സ്ഥലം മാറ്റമുണ്ടായത്. ഗിരിയെ ബോർഡിങ്ങിലാക്കാൻ അവർ തീരുമാനിച്ചത് അവന്റെ സ്കൂൾ മാറ്റേണ്ടതില്ലെന്ന തോന്നലിൽ മാത്രമായിരുന്നില്ല. അവരുടെ ജോലിയിൽ നീണ്ട അവധി അനുവദിച്ചിരുന്നില്ല. പുതിയ സ്ഥലത്ത് അയാളില്ലാത്തപ്പോൾ ഒരു വീടെടുത്ത് താമസിക്കുകയെന്നത് മായയ്ക്ക് അസാദ്ധ്യമായിരുന്നു. അവളുടെ ജോലിസമയവും ഗിരിയുടെ സ്കൂൾ സമയവും തമ്മിലുള്ള അന്തരം, ആരുടെയെങ്കിലും ജോലി വേണ്ടെന്നുവയ്ക്കാനാവാത്ത നില... ഗിരിയെ ബോർഡിങ്ങിലാക്കാൻ ഇനിയും കാരണങ്ങളെണ്ണാം. ഒടുവിൽ ഗിരി ബോർഡിങ്ങിലേക്ക്. അയാൾ മിഡാപൂരിലേക്ക്. മായ വർക്കിങ് വിമെൻസ് ഹോസ്റ്റലിലേക്ക്. ഒരു കുടുംബത്തെ ധ്രുവങ്ങളിലാക്കി രണ്ട് കടലാസുകൾ ഓഫീസ് ഫയലുകളിലേക്ക്.

രോഗമുള്ള ഒരാളെപ്പോലെ ഇടയ്ക്ക് നിന്നും വിറച്ചും ഒരു വഞ്ചി കടന്നുപോയി. ആരോ തേക്കിൻകാട്ടിലെ കരിയിലകൾ കൂട്ടിയിട്ട് തീകൊളുത്തി. തീ പിടിച്ച ഇലകൾ കാറ്റിൽ പറന്നുപോകുന്നത് അയാൾ കണ്ടു.

“നമ്മുടേതല്ലാത്ത നമ്മുടെ വീട്ടിലേക്ക് പോകാൻ ഒരു സുഖവുമില്ല.”

മായയുടെ സംഭാഷണം ഇപ്പോഴും വെള്ളത്തിലെ വൃത്തങ്ങളോടാണ്. ഫ്ളാറ്റിലെ ചെറിയ വീട് വാടകയ്ക്ക് കൊടുത്ത് മൂന്ന് വഴിയ്ക്കു പിരിഞ്ഞതും മൂന്നാഴ്ചത്തെ അവധിക്കുവന്നപ്പോൾ പാർപ്പു പ്രശ്നമായതും വർക്ക് ഏരിയയും ഒരു മുറിയും വാടകക്കാരൻ അവർക്ക് വിട്ടുകൊടുത്തതും വാടകക്കാരന്റെ കനിവിൽ സ്വന്തം വീട്ടിൽ കഴിയുന്നതിന്റെ പ്രശ്നങ്ങളും തേക്കിൻകാട്ടിനപ്പുറത്തെ മലയുടെ പച്ചപ്പിനോടൊപ്പം രവിയുടെ മനസ്സിൽ നിരന്നു.

അയാൾ കണ്ണടച്ചു. അടച്ച ഇമകൾക്ക് മുന്നിൽ മിഡാപൂർ. നീലനിറത്തിൽ ഉപ്പളങ്ങൾ നീണ്ടു കിടക്കുന്നു. ഒട്ടകങ്ങൾ വെയിൽ കായാനിറങ്ങുകയാണ്. ഉപ്പളങ്ങളിലെ ചെറുവരമ്പുകളിൽ ദേശാടനപ്പക്ഷികൾ. ആട്ടിൻനിരയോടൊപ്പം ഇടയർ. ഉപ്പളങ്ങളിൽ തിരയിളക്കം. ദൂരെയിരിക്കുന്ന മായയെയും ഗിരിയെയും പറ്റി ചിന്തിച്ച് അയാളുടെ കണ്ണുകളും ഉപ്പളങ്ങളാകാറുള്ളത് ഓർമ്മിച്ച് അയാൾ കണ്ണുതുറന്നു.

പുല്ലിനുമേൽ വന്നിരുന്ന തുമ്പിയെ പിടിക്കാൻ ഗിരി കുറച്ചുനേരമായി ശ്രമിക്കുന്നു. അവന് പിടികൊടുക്കാതെ അത് എപ്പോഴും രക്ഷപ്പെടുകയാണ്. അയാൾ കണക്കുകൂട്ടി. ഇനി മൂന്നു ദിവസം, ശേഷം തീവണ്ടി. തുരങ്കങ്ങളിലൂടെയും തരിശുനിലങ്ങളിലൂടെയുമുള്ള അതിന്റെ ആധി പിടിച്ച ഓട്ടം. നീണ്ട ഇടവേളയ്ക്കുശേഷമുള്ള കൂടിക്കാഴ്ചയിൽ ആദ്യം ഏവരും അപരിചിതരെപ്പോലെയാണ്. അതൊഴിയുമ്പോഴേക്കും പുറപ്പെടാറാവുന്നു. ജീവിതം തുരങ്കങ്ങളിലാണെന്നും അവിടെ പ്രകാശമില്ലെന്നും അയാൾ വിചാരിച്ചു. മായ കഴിഞ്ഞ വരവിലേതിനെക്കാൾ ക്ഷീണിച്ചിട്ടുണ്ട്. അവളുടെ തോളെല്ലുകൾ റോഡിലെ ഹംപുകൾ പോലെ ഉയർന്നിട്ടുണ്ട്. പ്രായത്തിന്റെയും ആശങ്കകളുടെയും എടുപ്പുകൾ.

ചരിത്ര മ്യൂസിയത്തിന്റെ ഇടനാഴികൾ മായയുടെ ഓർമ്മയിൽ തെളിഞ്ഞു. ക്യൂറേറ്ററെന്ന അവളുടെ തസ്തികയെച്ചൊല്ലി ചിലപ്പോൾ രവി

തമാശ പൊട്ടിക്കാറുണ്ട്. ഇത്തരമൊരു ജോലിയിൽ വന്നുപെട്ടതിനെപ്പറ്റി അവളും അത്ഭുതപ്പെടാറുണ്ട്. ഈയിടെയായി അവളുടെ അത്ഭുതങ്ങൾ അന്വേഷണങ്ങളിലേക്ക് തിരിഞ്ഞു. ചരിത്രത്തിലെ കൂടുംബബന്ധങ്ങളുടെ പരമാർശങ്ങൾ അവൾ ശ്രദ്ധാപൂർവ്വം വായിക്കും. മ്യൂസിയത്തിന്റെ ഏതെങ്കിലും നേർക്കാഴ്ചകളിൽ കുടുംബത്തിന്റെ വ്യാഖ്യാനങ്ങൾ അടങ്ങിയിട്ടുണ്ടോയെന്ന് അവൾ വിചാരപ്പെടും. ജോലിയിലൂടെ ജീവിതത്തിലേക്കുള്ള യാത്ര. ചരിത്രത്തിലെ കുടുംബങ്ങളുടെ തിരോധാനങ്ങൾ വായിച്ച് ചിലപ്പോഴവൾ കണ്ണടയ്ക്കും. തീക്ഷ്ണ സ്നേഹങ്ങളും അങ്കങ്ങളും സ്മാരകങ്ങളും. ക്യുറേറ്റർക്ക് സംരക്ഷിക്കാനാവാതെ ചരിത്രം ശിഥിലമാകുന്നു. സംരക്ഷിക്കാൻ പണിപ്പെടുംതോറും തെളിവുകൾ നഷ്ടപ്പെട്ട് ചരിത്രം വിസ്മൃതമാകുന്നതുപോലെ അടുത്തായിരിക്കാൻ ആഗ്രഹിക്കുമ്പോഴൊക്കെ എല്ലാവരും അകന്നുപോവുകയാണ്.

"ക്യുറേറ്റർ, ചരിത്രത്തിൽ നിന്ന് ഇറങ്ങി വരിക".

രവി ഒരു സങ്കടത്തെ ഊതിക്കാച്ചി തമാശയാക്കുകയാണ്. മായ പെട്ടെന്ന് പ്രതികരിച്ചു.

"എന്തിനാണിനി പോകുന്നത്? നമ്മുടെ കണ്ണീരിൽ നിന്നും ഒരു ഉപ്പളം തുടങ്ങാം".

വീണ്ടും അവർ മൗനത്തിലായി. പുഴയ്ക്കുമേൽ പറന്നുവന്ന് പൊന്മാനുകൾ വാക്കുകളാവാം കൊത്തിക്കൊണ്ട് പോകുന്നത്.

പുൽപ്പരപ്പിനുമേലെ ഗിരി ഓടിക്കളിക്കുകയാണ്. കളി നിർത്തി അവൻ ഇരുന്നു. അയാൾ അവനെ ശ്രദ്ധിച്ചു. അവന്റെ മുഖത്ത് ഭയം നിറയുന്നത് ഏത് പേടി സ്വപ്നത്തിൽ നിന്നാണെന്നറിയാതെ അയാൾ ഉലഞ്ഞു. ക്രമേണ അവൻ നനുത്തൊരു ചിരിയിലമർന്നു. തയ്യൽക്കാരനും സൂചിയും ആനപ്പകയുമടങ്ങുന്ന കഥ ഗിരി അയാളെ പറഞ്ഞു കേൾപ്പിച്ചു. പോരുംവഴി തയ്യൽക്കടയും തയ്യൽക്കാരനും കണ്ണിൽപ്പെടാത്തതുകൊണ്ട് അക്കഥ മറ്റെവിടെയോ നടന്നതാണെന്ന് അവൻ തീർച്ചപ്പെടുത്തിയിരുന്നു. വീണ്ടും അവൻ പുൽപ്പരപ്പിനുമേൽ കളി തുടങ്ങിയപ്പോൾ അയാൾ ആശ്വസിച്ചു. കളിയുടെയും ചിരിയുടെയും ഒരു വേള അവന് സമ്മാനിക്കാൻ കഴിഞ്ഞതിൽ അയാൾക്ക് സംതൃപ്തി തോന്നി.

മായ പ്ലാസ്റ്റിക് ഡബ്ബ തുറന്നു. തണുത്ത ചപ്പാത്തി. അവസാനത്തെ ഭക്ഷണം കഴിക്കുംപോലെ അവരത് തിന്നാൻ തുടങ്ങി. ഗിരി ചപ്പാത്തിയുടെ കഷ്ണങ്ങൾ മീനുകൾക്ക് എറിഞ്ഞുകൊടുത്തു. ഭക്ഷണം കഴിഞ്ഞ് അയാൾ മായയോട് ഒരു പാട്ടുപാടാൻ പറഞ്ഞു. അതവൾ പ്രതീക്ഷിച്ചിരുന്നില്ല. അന്തരീക്ഷത്തിന് ഒരു മാറ്റം വേണമെന്ന് അയാൾ തീർച്ചപ്പെടുത്തിയിരുന്നു. എതിർത്തൊന്നും പറയാതെ പൂക്കളുടെ ഉത്സവത്തെപ്പറ്റിയുള്ള പഴയ പാട്ട് അവൾ പാടി.

പുഴയിൽ മുങ്ങണമെന്ന് അയാൾക്ക് തോന്നി. മണലിന്റെ അടിത്തട്ട് തുരന്ന് ആഴത്തിലേക്ക് പോയി മറ്റേതെങ്കിലുമൊരിടത്ത്, ഭൂമിയും കടന്നൊരിടത്ത്, ചെന്നുപെടണമെന്ന് അയാൾ കരുതി. തന്റെ പാൻറ്സിനേയും ഷൂസിനേയും അയാളന്നേരം കഠിനമായി വെറുത്തു.

അവർക്ക് കാണാവുന്ന അകലത്തിൽ ഒരു നായ വന്ന് ഇരിപ്പുപിടിച്ചത് അന്നേരമാണ്. അതിന്റെ കുറുകിയ വാലിലും ഇളം ചുവപ്പു നിറമുള്ള രോമം നിറഞ്ഞ ശരീരത്തിലും വിടർന്ന ചെവികളിലും ഗിരി കൗതുക ത്തോടെ നോക്കി. പെട്ടെന്ന് ഗിരി അയാളോട് ചോദിച്ചു–

"അച്ഛൻ മറ്റന്നാൾ പോവുമല്ലെ?"

അയാൾ ദുർബ്ബലമായി മൂളി.

നായയുടെ കഴുത്തു കുടഞ്ഞുള്ള പ്രകടനത്തിൽ നിന്നും കണ്ണെടു ക്കാതെ അവൻ ഇരുന്നു. അയാൾ തിരിച്ചുപോവുന്നതിനെപ്പറ്റി വിചാരിച്ചു. തികച്ചും നിരാലംബമാണ് ജീവിതമെന്ന് അയാൾ കരുതി. ഒരാൾക്ക് രോഗം വന്നാൽ മറ്റെയാൾക്ക് പരിചരിക്കാനാവില്ലെന്നോർമിച്ചപ്പോൾ അയാളുടെ കണ്ണുകൾ വീണ്ടും മിഡാപൂരിലെ ഉപ്പളങ്ങളായി. ഒരു ഗോളത്തിലാണ് തങ്ങൾ പുലരുന്നതെന്നുപോലും വിശ്വസിക്കാൻ അയാൾ പാടുപെട്ടു.

വർക്കിംഗ് വിമൻസ് ഹോസ്റ്റലിൽ വെറുതെയായി പോവുന്ന പാചക അറിവുകൾ മുതൽ ഒറ്റയ്ക്കുള്ള കിടപ്പിലെ ഭയപ്പെടുത്തുന്ന ഏകാന്തത വരെ മായയുടെ സംഭാഷണങ്ങളിൽ നിറയുമ്പോൾ വെറും കേൾവിക്കാരൻ മാത്രമാവാൻ കഴിയാതെ അയാൾ പിടയും. അപ്പോഴാവും ഒരു ചിത്രശല ഭത്തെ അന്വേഷിച്ചുപോവാനുള്ള സ്വാതന്ത്ര്യം പോലുമില്ലാത്ത ബോർഡിം ഗിനെപ്പറ്റി ഗിരിയുടെ വേദനകൾ തുടങ്ങുക. സങ്കടങ്ങളുടെ ഏറ്റുപറച്ചിൽ എന്നതിലേക്ക് ഒരു അവധിക്കാലം ചുരുങ്ങുമ്പോൾ അയാൾ വിഷയം മാറ്റാൻ ശ്രമിക്കും. തുടർന്ന് വിഷയം മാറ്റാനുള്ള ശ്രമങ്ങൾ പരാജയപ്പെടുന്നതിന്റെ ജാഥയാണ്.

ഗിരി അപ്പോഴും നായയെത്തന്നെ ശ്രദ്ധിക്കുകയാണ്.

"അച്ഛാ, ഇത് നമ്മുടെ ഫ്ളാറ്റിൽ ഉണ്ടായിരുന്ന നായയാണ്."

അയാൾ അത്ഭുതപ്പെട്ടു. അതിന് അതേ ഛായ തന്നെ. അവന് പെട്ടെന്ന് ഉന്മേഷമായി.

അച്ഛനുമമ്മയും നായയുമൊക്കെ ചേർന്ന് നമുക്കൊരു വീട് പിന്നെയും ഉണ്ടാവുന്നതായി തോന്നുകയാണെന്ന ഗിരിയുടെ പറച്ചിൽ കേട്ട് അയാ ളുടെ ഉള്ള് പൊള്ളി. കുടുംബത്തിന്റെ സുരക്ഷയിലേക്ക് തിരിച്ചുവരാൻ അവനെത്രമാത്രം ആഗ്രഹിക്കുന്നു എന്നറിഞ്ഞ് അയാളുടെ നിസ്സഹായത കടൽപ്പരപ്പായി. നാളെ രാവിലെ താൻ ചെയ്യാൻ പോകുന്നതെന്താണെന്ന് അയാൾക്ക് ഉറപ്പുണ്ടായിരുന്നു. അവന്റെ നീല ബാഗിൽ ഇസ്തിരിയിട്ട യൂണിഫോമുകളും വർക്ക് ഏര്യയിലെ തട്ടികൂട്ടിയ അടുപ്പിൽ മായയുടെ പ്രയോഗം കുറഞ്ഞ പാചക വിരുതിൽപ്പിറന്ന എണ്ണപ്പലഹാരങ്ങളും നിറച്ച് നേരെ ബോർഡിങ്ങിലേക്ക്. ശതാവരിയുടെ നേർത്ത ഇലകൾ പകുതി മറയ്ക്കുന്ന ബോർഡിങ് വഴിയിലൂടെ തിരിഞ്ഞുനോക്കാതെ അവൻ നടക്കും. കഴിഞ്ഞതവണ തിരിച്ച് പടവിറങ്ങുമ്പോൾ നെഞ്ച് കുഴയുകയും കൈകാലുകൾ വിറയ്ക്കുകയുമാണെന്ന് തോന്നി. ഇക്കുറിയും അതുതന്നെ അനുഭവപ്പെടുമെന്ന് അയാൾക്ക് തീർച്ചയുണ്ടായിരുന്നു.

മായയെ ഹോസ്റ്റലിലാക്കാൻ കൂടെ ചെല്ലരുതെന്ന് വന്നപ്പോൾത്തന്നെ അവൾ പറഞ്ഞിരുന്നു. അവൾ ഏറ്റവും ഭയപ്പെട്ടിരുന്നത് യാത്ര അയയ്ക്കലിനെയാണ്. ഇന്നലെ ഗിരിയുടെ ഉറക്കപ്പിച്ചിൽ മുറിഞ്ഞുപോയ ഒരാശ്ലേഷത്തിനിടയിൽപ്പോലും അവൾ അത് തന്നെ ആവർത്തിച്ചു. എന്തുകൊണ്ടാണ് ഈ തനിച്ചാകലെന്ന ഗിരിയുടെ ചോദ്യത്തിന് മറുപടി തിരയുമ്പോൾ മായയാണ് പറഞ്ഞത്, ജീവിക്കാൻ വേണ്ടിയെന്ന് പറയരുതേയെന്ന്. ജീവിക്കാൻ വേണ്ടി ഒറ്റപ്പെടുന്നതിന്റെ ചിന്താഭാരമൊന്നും അവന് ഉൾക്കൊള്ളാനാകില്ല.

മുളവടി തോളിനുമേലെ പിടിച്ച് ഒറ്റക്കാലിൽ വരമ്പത്തു നിൽക്കുന്ന ഭോപാൽകയിലെ കർഷകനെ ഓർമ്മിപ്പിച്ച് ഗിരി പുഴക്കരയിലെ പുൽപ്പരപ്പിൽ നിവർന്നു നിന്നു. പുഴയിലൂടെ ഒട്ടകവണ്ടികളും ചെമ്മരിയാടുകളും നീങ്ങുന്നതായി അയാൾക്ക് തോന്നി.

തേക്കിൻകാട്ടിലെ തീ അണഞ്ഞിരുന്നു. അയാൾ ഗിരിയെ ചേർത്തുപിടിച്ചു.

“നമുക്ക് പോകണ്ടേ?”

അവനൊന്നും പറഞ്ഞില്ല. ആനമുട്ടകൾ വീണ മനസ്സുമായി അവൻ അയാളുടെ ശരീരത്തോട് ചേർന്നുനിന്നു. വെള്ളം പകുത്ത് ശോഷിച്ചുപോയ ഒരു ചെറുവഞ്ചി വളരെ വേഗത്തിൽ പുഴയുടെ വളവുതിരിഞ്ഞു വന്നു.

ചപ്പാത്തി ഡബ്ബ പുഴവെള്ളത്തിൽ കഴുകിക്കുടഞ്ഞുകൊണ്ട് മായ മടക്കത്തിനൊരുങ്ങി.

അവർ തുരുത്തിന്റെ ഇറക്കമിറങ്ങി. വെയിൽ മങ്ങുന്നതിനോട് പൊരുത്തപ്പെടാനാവാതെന്നോണം ആനത്താവളത്തിലെ പുതിയ അന്തേവാസി നിലവിളിച്ചു. തുരുത്തിലേക്ക് വരുമ്പോൾ അത് നിലവിളിച്ചിരുന്നില്ല എന്നയാൾ ഓർമ്മിച്ചു.

തുരുത്തിൽ നിന്ന് ഇറങ്ങിവരുന്നതിനിടെ ചതുപ്പിൽ ഗിരിയുടെ കാലുകൾ തറഞ്ഞുപോയത് പെട്ടെന്നാണ്. അവൻ നിലവിളിച്ചില്ല. അയാൾ തിടുക്കപ്പെട്ട് അവന്റെയടുത്തേയ്ക്ക് നീങ്ങി. ചതുപ്പിൽ ചവിട്ടുമ്പോൾ അയാൾക്കും കാൽ പുറത്തേയ്ക്ക് എടുക്കാനായില്ല. ചതുപ്പിൽ ഉറഞ്ഞു നിൽക്കുന്ന അവരെക്കണ്ട് മായ ഭയന്നുപോയി. അവളും ചതുപ്പിലേക്കു തന്നെ ഓടിയടുത്തു. രണ്ടു കാലുകൾ കൂടി ചതുപ്പിൽ ഉറച്ചു.

ഒരു കുടുംബം ചതുപ്പിൽ പുതഞ്ഞതു നോക്കി നായ കുരയ്ക്കാൻ തുടങ്ങി. കുറിയ വാൽ പിടപ്പിച്ച് അത് അത്യുച്ചത്തിൽ കുരച്ചു. ശൂന്യമായ പുഴക്കരയിൽ ആരും അത് കേൾക്കാനുണ്ടായിരുന്നില്ല.

ക്യൂറേറ്ററിലേക്ക് മടങ്ങിപ്പോകാനിരിക്കുന്ന മായയുടെയും ബോർഡിംഗിൽ കയറി വാതിലടയ്ക്കാൻ ഒരുങ്ങുന്ന ഗിരിയുടെയും കൈപിടിച്ച്, ചവിട്ടാൻ ഉറപ്പുള്ള ഒരു പ്രതലം കിട്ടുമെന്ന പ്രത്യാശയോടെ, രവി അപ്പോഴും ചതുപ്പിലെ ചെളിയിൽ തുഴഞ്ഞുകൊണ്ടിരുന്നു. ■

ചൂരൽക്കളി

കരിമേഘത്തിൽ നിന്നും ഒരു മിന്നൽപ്പിണരിനെ പുറത്തെടുക്കുന്നതു പോലെ അച്ഛൻ ഇരുണ്ട കാട്ടിൽ നിന്നും ചൂരൽ വള്ളി വലിച്ചൂരുന്നത് ഞാൻ നോക്കി നിന്നു. ഈറ്റ വെട്ടുന്നതിനിടയിൽ എന്റെ നിർബ്ബന്ധത്തിനു കീഴ്പ്പെട്ടാണ് അച്ഛൻ ചൂരൽ കണ്ടെത്തിയത്. എനിക്കത് കഷ്ണങ്ങളാക്കി സ്കൂളിൽ കൊണ്ടുപോകണമായിരുന്നു. അച്ഛൻ എന്നോട് പറഞ്ഞുകൊണ്ടിരുന്നു: രാത്രി നിലാവില്ലാത്ത കാലത്താണ് മോനെ ഈറ്റ വെട്ടേണ്ടത്. അല്ലെങ്കിൽ അതു കൊണ്ടു നെയ്യുന്ന കുട്ടയ്ക്കും തൊപ്പിക്കൂടയ്ക്കും കുത്തൻ വീഴും.

കാടിന്റെ ഇരുളോ ഗന്ധമോ അച്ഛന്റെ വാക്കുകളോ എന്നെ സ്പർശിച്ചില്ല. ചൂരൽ വടികൾ സ്കൂളിലെത്തിക്കുന്നതും അവൻ തല്ലുകൊള്ളുന്നതും മാത്രമായിരുന്നു എന്റെയുള്ളിൽ. എനിക്കവനോട് പകയായിരുന്നു. വലതു കയ്യിൽ ചൂണ്ടുവിരൽ ഇല്ലാതിരുന്നിട്ടും അവന്റെ കൈയക്ഷരം നന്നായതിന്, ഭംഗിയുള്ള വസ്ത്രങ്ങൾ ഒന്നുമില്ലാതിരുന്നിട്ടുകൂടി അവൻ ശ്രദ്ധേയനായതിന്, തെള്ളിപ്പൊടി തീപ്പന്തത്തിലെറിഞ്ഞ് പിശാചിനെ അവതരിപ്പിച്ച എന്റെ നാടകത്തെ കുട്ടികൾ കൂവി ഒതുക്കിയപ്പോൾ അവൻ അന്ധഗായകനായ നാടകം സമ്മാനിതമായതിന്, പെൺകുട്ടികൾ അവനെ പാടി പുകഴ്ത്തിയതിന്. പക മൂടി എന്റെ ഹൃദയം പൊട്ടുമെന്ന നിലവന്ന് എത്ര കള്ളക്കഥകളാണ് ഞാൻ പുറത്തുവിട്ടത്. വടികൊണ്ടുപോയി കൊടുക്കുന്നിടത്ത് അതവനു നേരെ പ്രയോഗിക്കാൻ വേണ്ട നുണയും ഞാനെത്തിച്ചിരുന്നു. അടികൊണ്ടുകൊണ്ട് അവൻ തിരിച്ച് വരുമ്പോൾ അടിയൻ വരുന്നുണ്ടെന്ന് എന്റെ കൂട്ടുകാർ അവനെ പരിഹസിച്ചു. പിഞ്ഞിത്തുടങ്ങിയ ഷർട്ടും കടന്ന് പരിഹാസം അവന്റെ ഇല്ലായ്മകളിലും ചെന്നുതറച്ചു കാണണം.

ഏറെ വർഷങ്ങൾ കഴിഞ്ഞ് അവനെ കാണാൻ ഞാനെത്തുകയാണ്. കട്ടുപറിച്ച കമ്പിളി നാരങ്ങയുടെ തൊണ്ടുപിഴിഞ്ഞൊഴിച്ചതുമാതിരി എന്റെ കണ്ണുകടയുന്നുണ്ട്. ദ്വേഷമെല്ലാമൊലിച്ചുപോയി എന്റെ ഉള്ളിലിപ്പോൾ പിടയ്ക്കുന്ന രണ്ട് മുയൽച്ചുണ്ടുകളാണ്.

ചുളിവുവീണ ഒരില മുറ്റത്ത് കിടന്നിരുന്നു. അതിനുമേൽ കാറ്റടിച്ചു. സിമന്റിട്ട തറയ്ക്കു മുകളിലൂടെ ഒരു വിചിത്രജീവിയുടെ രൂപം പൂണ്ട് അത്

ചലിച്ചു. മഴ. കാറ്റ്. പഴയകഥയെ സത്യമാക്കി ഇല പറന്നുപോയി. മണ്ണാങ്കട്ട എവിടെയെന്ന് എന്റെ നോട്ടം പാളി. സിമന്റിട്ട തറയിൽ സ്പോഞ്ചിന്റെ മാർദ്ദവമുള്ള പായൽ പിടിച്ചിരിക്കുന്നു. പായലിൽ ചവിട്ടിയപ്പോൾ അതിന്റെ ചെറു സുഷിരങ്ങളിലൂടെ വെള്ളം മുകളിലേയ്ക്ക് ഉയർന്നുവരുന്നത് ഞാനറിഞ്ഞു. പറമ്പിലെ കമുകിന്റെ പച്ച ഓലകളിലേക്ക് കാറ്റ് പടർന്നു. മുദ്രയിൽ കൈവിരലുകൾ അനങ്ങുന്നത് ഓർമ്മിപ്പിച്ച് അവ നിർത്താതെ വിറച്ചു.

ഇന്ന് അവനാണ് ചൂരൽ കസേരകൾ ഉണ്ടാക്കുന്നത്. ചൂരലിന്റെ കട്ടിലും ടീപ്പോയിയും സെറ്റിയും ആട്ടുതൊട്ടിലും സൂക്ഷിച്ചിരിക്കുന്ന മുറി കടന്ന് അവൻ വരുന്നുണ്ട്. തലങ്ങും വിലങ്ങും ചൂരലുകൾ നിറഞ്ഞുകിടക്കുന്ന ഹാളിലൂടെ നടന്ന് അവൻ എന്റെയടുത്ത് എത്താറായി. സ്കൂളിലെ ചുവപ്പ് വസ്ത്രക്കാരായ വാദ്യസംഘം എന്റെ ചുറ്റിനും നിരന്ന് കാതടപ്പിക്കുന്ന സ്വരത്തിൽ അവരുടെ ജോലി തുടങ്ങിയതായി എനിക്കനുഭവപ്പെട്ടു.

ഞാൻ വിചാരിച്ചു: വടി കൊടുത്തിട്ട് ഞാൻ അടി വാങ്ങിയില്ല. അക്ഷമയും അസൂയയും തിളച്ചു പൊങ്ങിയ കുണ്ടിൽ കിടന്ന് നരകിച്ചതല്ലാതെ ഞാനെങ്ങുമെത്തിയില്ല. അടികൊണ്ടു സമ്പാദിച്ച സഹനത്തിൽ നിന്നും പിടിച്ചുകയറി അവൻ ഇവിടെ വരെ വളർന്നിരിക്കുന്നു.

പെട്ടെന്ന് ഹാളിലെ തറയിൽ നിന്നും ഞാനൊരു ചൂരൽത്തുണ്ട് തപ്പിയെടുത്തു. മുഖത്തു നോക്കാതെ ഞാനതവന്റെ കയ്യിൽ പിടിപ്പിച്ചു. എന്റെ വലതുകൈ ഞാനവന്റെ മുന്നിലേക്ക് മലർത്തി നീട്ടി. കണ്ണിൽ തടഞ്ഞു നിന്ന രണ്ടു ജലഗോളങ്ങളുടെ ഭാരത്തിൽ അപ്പോഴും എന്റെ തല പൊന്തിയില്ല.

ചൂരൽവടി അവന്റെ കയ്യിൽനിന്നും താഴെ വീഴുന്ന സ്വരം ഞാൻ കേട്ടു. ചൂണ്ടുവിരലറ്റ അവന്റെ വലതു കൈപ്പടം സാവധാനം എന്റെ കയ്യോടു ചേർന്നു. തീ തുപ്പുന്ന പിശാചിനെയും അന്ധഗായകനെയും വലം വച്ച് ഒരു ചീവീടൊച്ച അകന്നുപോയി.

ഒരൊറ്റ മാത്രകൊണ്ട് ചൂരലുകൾ വെട്ടിമാറ്റിയ അടിക്കാടിന്റെ ഞാൻ ഉൾക്കൊണ്ടിട്ടില്ലാത്ത തണുപ്പും ഗന്ധവും എന്നെ വന്നുമൂടി. ■

ഇരക്കൊളുത്തിലേക്ക് ഒരാൾ

പകൽവെളിച്ചത്തിൽ കാട് മാരനു മുന്നിൽ വിസ്തൃതമായി. വനഭംഗികൾ ഒരിക്കലും അയാളുടെ ശ്രദ്ധ കവരുന്നില്ല. ഈ വിസ്തൃതിയാണ് പ്രശ്നം. ഇരയുടെ സഞ്ചാരം പിന്തുടരാനുള്ള ഏകാഗ്രതയ്ക്ക് പകൽ തടസ്സങ്ങളുണ്ടാക്കുന്നു. രാത്രിയിൽ ഒരു ടോർച്ചിന്റെ പ്രകാശവൃത്തത്തിലേക്കു വനം ചുരുങ്ങുന്നു. എല്ലാം ഭദ്രം.

മെരുങ്ങാത്ത ഒരു കാട്ടുമൃഗത്തിനോട് പറയുന്നതുപോലെ മാരൻ തന്റെ തീരുമാനങ്ങൾ സ്വയം ആവർത്തിച്ചു. രാത്രി വീട്ടിലേക്കു പോകേണ്ടതില്ല. അവിടെ ആരും കാത്തിരിക്കുന്നില്ല. ഷോക്കടിപ്പിക്കാനുള്ള വയറുകൾ കൊണ്ട് കട്ടിലിനു താഴെ കെണിയൊരുക്കിവച്ചിരുന്നവൾ ഇനി വരില്ല.

അയാൾ ബാറ്ററികൾ തിരിച്ചിട്ട് ടോർച്ച് ശരിയാക്കി. തോക്കിൽ തിര നിറച്ചു. നക്ഷത്രങ്ങൾ മിന്നുന്ന കുപ്പിയിൽ നിന്നൽപം അധികം വെള്ളം ചേർക്കാതെ. നടത്തത്തിനുള്ള ഇന്ധനം. കുയിൽമാർക്ക് കുത്തരിയുടെ കുട്ടിച്ചാക്കിൽ നിന്നും പുഴുങ്ങിയ മുട്ടയും പഴവും എടുത്തു തിന്നു. കാട്ടിൽ ഇരുട്ടു പരക്കുന്നതു മരങ്ങൾക്കിടയിലൂടെ ഒരു കറുത്ത കമ്പളം ഊർന്നിറങ്ങുന്നതു പോലെയാണ്. ചിലപ്പോഴത് കറുത്ത വെള്ളം നിറഞ്ഞ ഒരു നദി ഒഴുകിവരും പോലെയാണ്.

ഇന്ന് ഒരു നശിച്ച ജന്തുവിനെയും കാണുന്നില്ല. നശിച്ച ജന്തുവിനെയല്ല, നശിക്കാനുള്ള ജന്തുവിനെയാണ് കാണേണ്ടത്. ശക്തിയായൊരു മിന്നൽ ടോർച്ചിന്റെ വെളിച്ചവൃത്തത്തെ കീറിയെറിഞ്ഞു. പകരം കണ്ണിനു മുന്നിൽ നിറഞ്ഞ കാഴ്ചയുടെ ചതുരത്തിൽ നിറയെ മൃഗങ്ങൾ. മാരന്റെയുള്ളിൽ ആർത്തി കുമിഞ്ഞു. എല്ലാറ്റിനെയും ഒന്നിച്ച് കൊല്ലാനാവാത്തതിൽ അയാൾ സങ്കടപ്പെട്ടു. ഏതിനെയാണ് വീഴ്ത്തേണ്ടതെന്നറിയാതെ അയാളുടെ തോക്കിൻ കുഴൽ ഇടറി. ക്ഷണനേരത്തെ ഭ്രമം. ശേഷം ടോർച്ചിന്റെ വൃത്തം. അയാൾക്ക് ഏകാഗ്രത തിരിച്ചുകിട്ടി.

ഓർമകൾ നിറഞ്ഞ് മാരന്റെ നടത്തം മുറിഞ്ഞു. നായാട്ടിലെ കഠിനമായൊരു പാഠം. അയാൾ അവളെ, ഇരയെ എന്നതുപോലെ നോക്കി. ശാന്തയുടെ ഭയം നിറഞ്ഞ കണ്ണുകൾ അയാളെ ലഹരി പിടിപ്പിച്ചു. മാരൻ തോക്കു

ചൂണ്ടി. രക്ഷപ്പെടാനുള്ള തത്രപ്പാടിൽ അയാളുടെ ഭാര്യ മുറിയുടെ മൂല യിൽ ചുരുണ്ടുകൂടി. മണ്ണിൽ കാൽ മടക്കുന്ന കാട്ടുപോത്തായിരുന്നു അയാളുടെ മനസ്സിൽ. നെറ്റിയിലൂടെ അവളുടെ പ്രജ്ഞയെ ചിതറിച്ച്, ആദ്യ തിര. രണ്ടാമത്തെ തിര അപ്പോഴും മിടിച്ചുകൊണ്ടിരുന്ന അവളുടെ നെഞ്ചിൽ. മൂന്നാമത്തെ തിരയുടെ ആവശ്യമുണ്ടായിരുന്നില്ല. കാട്ടിൽ കണ്ടു മുട്ടുന്ന അടുത്ത ഇരയുടെ പിടയ്ക്കുന്ന കണ്ണുകൾക്കിടയിലേക്ക് പായി ക്കാൻ അയാളത് ബാക്കിവെച്ചു.

മൂന്നു കിലോ മാനിറച്ചി. ഒരു കുപ്പി കരടിനെയ്യ്. മൂവായിരം രൂപ. കൊല സ്വാഭാവിക മരണമാവാൻ ഇത്രയൊക്കെ മതിയായിരുന്നു. പരാതിപ്പെടാൻ തക്ക താൽപര്യമുള്ള ബന്ധുക്കൾ ശാന്തയ്ക്കില്ലായിരുന്നത് ഭാഗ്യമായെന്ന് അയാൾ കരുതി.

കട്ടിലിനു താഴെക്കണ്ട ഷോക് വയറുകൾ മാത്രമായിരുന്നെങ്കിൽ അതു മറന്നുകളയാമായിരുന്നു. അടുക്കളയിലെ പ്ലാസ്റ്റിക് ഡബ്ബകൾക്കും പാത്ര ങ്ങൾക്കും പിന്നിലായി ഒളിപ്പിച്ചുവെച്ചിരുന്ന വസ്തു അതിലേറെ കുഴപ്പം പിടിച്ചതായിരുന്നു. ഒന്നുകിൽ ഇതൊക്കെ അവൾ ആത്മഹത്യയ്ക്കു കരുതി വച്ചതാവും. ശാന്തയ്ക്കു നിരാശയൊഴിഞ്ഞ നേരമുണ്ടായിരുന്നില്ല. അല്ലെ ങ്കിൽ ഇതെല്ലാം അവൾ തനിക്കുവേണ്ടി കരുതിയതാവും. നായാട്ടിനെ വെറുത്ത്, നായാടിക്കൊണ്ടുവരുന്നതൊന്നും തൊട്ടുനോക്കാതെ സസ്യഭു ക്കായി, അവൾ എതിർപ്പ് നിശബ്ദം പ്രകടിപ്പിച്ചിരുന്നു. അയാൾ മൃഗങ്ങളെ കൊന്നൊടുക്കിയപ്പോൾ ശാന്ത അവയെ ലാളിച്ചുവളർത്തി. മാരൻ കാടു തകർക്കുമ്പോൾ അവൾ ഓരോ മരങ്ങൾ നട്ടുപിടിപ്പിച്ചു. അയാൾ എന്തൊക്കെ നശിപ്പിക്കാൻ ശ്രമിച്ചുവോ അതെല്ലാം തന്നെ അവൾ വച്ചു പുലർത്തുകയായിരുന്നു. ഇത്തരം വൈരുദ്ധ്യങ്ങൾ അയാളെ ശുണ്ഠി പിടിപ്പിക്കും.

തളർന്ന നോട്ടവും തീരെ ചെറിയ ശബ്ദവും ക്ഷമയുടെ ഒടുവിലത്തെ പടവിൽ ചിലപ്പോൾ അവൾ ഉപേക്ഷിക്കാറുണ്ട്. അന്നേരം മാരനെ ഭയ പ്പെടുത്താൻ അവൾക്ക് കഴിഞ്ഞിരുന്നു. ആത്മഹത്യയ്ക്കും കൊലയ്ക്കും ഇടയിലുള്ള അകലം ദീനത നിറഞ്ഞ കണ്ണിൽ നിന്നും വിദ്വേഷം നിറഞ്ഞ കണ്ണിലേക്കുള്ള അകലമാണ്. അവളെന്താണ് നിശ്ചയിച്ചുവെച്ചിട്ടുള്ളതെന്ന് അയാൾക്ക് സ്ഥിരീകരിക്കാനായില്ല. ശാന്ത അയാളോടൊപ്പം കിടന്നുറ ങ്ങാൻപോലും ഇഷ്ടപ്പെട്ടില്ല. അവളുടെ സൂക്ഷിപ്പുകൾ തനിക്കെതിരെ പ്രയോഗിക്കാനുള്ളതാണെങ്കിൽ അതിനു കീഴ്പ്പെടാനാവില്ല. മറിച്ച് അത വൾക്കു തന്നെ വേണ്ടിയുള്ളതാണെങ്കിൽ ഏതായാലും അവൾ അങ്ങനെ തീരുമാനിച്ച സ്ഥിതിയ്ക്ക് ഒരു നായാടിയിൽ നിന്നും കാരുണ്യമാവശ്യ പ്പെടാവുന്ന അവസരമാണത്. നായാട്ടിനൊരു മാറ്റമെന്ന തോന്നൽ പെട്ടെ ന്നുണ്ടായ ഒരു വഴക്കിൽ നിന്നും അതിലേറെപ്പെട്ടെന്നാണു രൂപപ്പെട്ടത്. അന്ന് നക്ഷത്രങ്ങൾ പതിച്ച കുപ്പി കാലിയാക്കിയിരുന്നു. ഇരകളൊഴിഞ്ഞ വനം അയാളിൽ കോപം നിറച്ചു. ശാന്ത തീർത്തും അശാന്തയുമായിരുന്നു.

അപകടത്തെ ഭയന്നുള്ള ജീവിതം അയാൾക്ക് ഉൾക്കൊള്ളാനായില്ല. മാരൻ ഞെട്ടിപ്പോയി. ടോർച്ചിന്റെ വെളിച്ചവൃത്തത്തിൽ തലകുടഞ്ഞ് ഒരു കടുവ. ശാന്തയുടെ നേരെ തിരയൊഴിക്കുന്ന താൻ തന്നെയാണത്. തിരകൾ തീർന്നിരിക്കുന്നു. അയാൾ ലൈറ്റണച്ച് ഒരു മരത്തിൽ പാഞ്ഞുകയറി. ഇരുട്ടിൽ അയാൾ പിടിച്ച ഉണക്കച്ചില്ല അടർന്നു.

പാറക്കൂട്ടത്തിൽനിന്നും എഴുന്നേൽക്കുമ്പോൾ അയാളുടെ ശരീരത്തിൽ വേദനയൊഴിഞ്ഞ ഒരു ഭാഗവും ഉണ്ടായിരുന്നില്ല. അവളുടെ നെറ്റിയിൽ വെടിയുണ്ട തറച്ച അതേ സ്ഥാനത്താണ് ചെടിക്കുറ്റി തുളച്ചുകയറിയത്.

കഷായങ്ങളും ഗുളികകളും ചതവുകൾ ശമിപ്പിച്ചതിനുശേഷം മാരൻ രാമേട്ടനു മുന്നിൽ കുനിഞ്ഞിരുന്നു. തലമുടിയിലൂടെ വിരലുകളോടിച്ചു തിരുമ്മാരംഭിച്ചു. പുരികത്തിനു മുകളിൽ അയാളുടെ തള്ളവിരൽ വില്ലുകൾ കുലച്ചപ്പോൾ മാരനു തലവേദന കുറയുന്നതനുഭവപ്പെട്ടു. മൂക്കിന്റെ പാലത്തിലൂടെ അയാളുടെ വിരലുകൾ താഴേക്കിറങ്ങി. കവിളുകളിൽ അയാൾ ഒരു പ്രത്യേക താളത്തിൽ കൊട്ടി. നെഞ്ചിൽ കവടി നിരത്തും പോലെ രാമേട്ടന്റെ കൈകൾ മാർദ്ദവപ്പെട്ടു.

തന്റെ വേദനകൾ അയാൾ തുടച്ചെടുക്കുകയാണ്. മാരന്റെ കൈകൾ പിന്നിലേക്കു പിടിച്ച് തന്റെ കൈകളിൽ കോർത്ത് രാമേട്ടൻ കാൽമുട്ട് അയാളുടെ നട്ടെല്ലിലൂടെ മുകളിലേക്കും താഴേക്കും പായിച്ചു. തന്റെ സന്ധികളിൽ നിന്ന് വേദനയകലുന്നതറിഞ്ഞ് മാരൻ കണ്ണടച്ചിരുന്നു. അയാൾ മാരന്റെ സന്ധികളിൽ നിന്നും കൈകാൽവിരലുകളിൽ നിന്നും ഞൊട്ടയടർത്തി. ഇരകളെ കണ്ട് ആർത്തി പിടിച്ച അയാളുടെ കണ്ണുകളടച്ച് അവ ഉഴിഞ്ഞു. തലയിൽ തപ്പുകൊട്ടും പോലെ കൈ അടിച്ചുകൊണ്ട് തിരുമ്മൽ നിലച്ചു.

രാമേട്ടന്റെ പ്രകാശം നിറഞ്ഞ കണ്ണുകളിലേക്ക് മാരൻ നോക്കി. രാമേട്ടൻ ചെറുതായൊന്ന് ചിരിച്ചു. അത്രയും സ്നേഹം നിറച്ചൊരു ചിരി അയാൾ മുൻപ് കണ്ടിരുന്നില്ല. കരടിനെയ്യും മാനിറച്ചിയും അയാൾ കരുതിയിരുന്നു. ആ കാഴ്ചകൾ രാമേട്ടൻ സ്വീകരിച്ചില്ല.

'എന്നാൽ തുക എത്രയായീന്ന് പറഞ്ഞാലും മതി.'

'ഞാൻ പ്രതിഫലം വാങ്ങാറില്ല.'

മാരന്റെ നെഞ്ചിൽ ആദ്യത്തെ വെടി തുളഞ്ഞുകയറി. അയാളുടെ സങ്കൽപത്തിൽ പോലും പണം വേണ്ടാത്തൊരാൾ ഉണ്ടായിരുന്നില്ല.

വീട്ടിൽ മരണത്തിനു മുന്നിൽ ശാന്ത ചുരുണ്ടുകൂടിയ മൂലയിൽ അയാൾ ഭിത്തി ചാരിയിരുന്നു. തന്റെ സൗഖ്യത്തിനുവേണ്ടി കൊന്നിട്ടുള്ള മൃഗങ്ങളുടെ അസ്ഥിപഞ്ജരങ്ങൾ അയാളുടെ മനസ്സിൽ മറ്റൊരു വനമുണ്ടാക്കി. അവയ്ക്കു നടുവിൽ ശാന്തയുടെ എല്ലിൻ കൂട്. ഇലകളും കായ്കളും പൂക്കളുമില്ലാത്ത കരിഞ്ഞുണങ്ങിയ വനം. എങ്ങും ദ്രവിച്ച വൃക്ഷശിഖരങ്ങൾ മാത്രം. അത്തരമൊരു ശിഖരമടർന്നു മാരൻ ഉറക്കമുണർന്നു. രാമേട്ടൻ തന്റെ സൗഖ്യം വർദ്ധിപ്പിക്കാൻ ശ്രമിക്കാതെ മറ്റുള്ളവരുടെ സുഖത്തിനായി

പ്രവർത്തിക്കുന്നത് സ്വപ്നത്തിലല്ലാത്ത കാഴ്ചയാണെന്ന് അയാൾക്ക് വിശ്വസിക്കാനായില്ല. ഒരച്ഛന്റെ വാത്സല്യത്തോടെ അദ്ദേഹം തന്റെ വേദനകൾ അകറ്റുന്നു. പിറ്റേന്ന് രാമേട്ടന്റെ മുന്നിൽ തിരുമ്മാനിരിക്കുമ്പോൾ മാരൻ തന്റെ വിഷമതകൾ മറക്കാൻ ശ്രമിച്ചു. കൈ കുഴമ്പിൽ മുക്കി വളരെ മൃദുവായി അയാൾ തടവി തുടങ്ങുന്നു. പഴയവരുടെ മനസ്സിനുള്ള തൃപ്തിയും നിറവും ആ തടവലിൽ നിന്നു വായിച്ചെടുക്കാമെങ്കിലും ദുരമൂടിയ മാരന്റെ കണ്ണുകൾക്ക് അത്തരം വായനകൾ അറിയില്ലായിരുന്നു. പ്രതിഫലമാഗ്രഹിക്കാതെ തൊഴിൽ സാധകമാവുന്നത് ഒരു വേട്ടക്കാരന് താങ്ങാനാവുന്നതിലും വലിയ അനുഭവമാണ്.

തിരിച്ചൊന്നും ആവശ്യപ്പെടാത്ത തൊഴിലിലൂടെ മറ്റൊരാളുടെ വേദനയകറ്റുകയും അയാളെ ആരോഗ്യത്തിന്റെ പുതു ജീവിതത്തിലേക്ക് നയിക്കുകയും ചെയ്യുന്ന രാമേട്ടന്റെ മുഖത്ത് അയാൾ നോക്കി. വേദനയില്ലാതെ സ്വച്ഛമായി കഴിയുന്ന ഒന്നിനെ കൊടിയ വേദനയിലേക്കും മരണത്തിലേക്കും നയിക്കുന്ന തന്റെ പ്രവർത്തിയെപ്പറ്റി മാരൻ ആദ്യമായി വിചാരപ്പെടാൻ തുടങ്ങി. നാടും കാടും കീഴടക്കാനുള്ള ജ്വരം എങ്ങനെ ശമിപ്പിക്കാമെന്ന് രാമേട്ടനോടു ചോദിക്കണം. തിരുമ്മുകാരന്റെ മുഖത്തെ ശാന്തത ദിവസങ്ങളായി തന്നെ ആക്രമിക്കുകയായിരുന്നു എന്നു നായാട്ടുകാരൻ തിരിച്ചറിഞ്ഞു.

കമുകിൻ തൂണിൽ ഉയർന്നുനിൽക്കുന്ന രാമേട്ടന്റെ തിരുമ്മുപുര നാൽക്കാലിയായ ഒരു വിചിത്ര മൃഗത്തെ ഓർമ്മിപ്പിച്ചു. ഓല മേഞ്ഞ അതിന്റെ മേൽക്കൂരയുടെ മധ്യഭാഗം കാട്ടാനയുടെ മുകളിലെ എല്ലിൻ രേഖ പോലെയാണ്. അടർന്നുവീഴാറായ ഓലത്തുണ്ടുകൾ വാർദ്ധക്യം ബാധിച്ച ചീങ്കണ്ണിയുടെ പുറം തൊലിയാണെന്ന് അയാൾക്കു തോന്നി. വാരി കൊണ്ടുണ്ടാക്കിയ ഉത്തരങ്ങളിൽ എണ്ണത്തുണിക്കഷ്ണങ്ങൾ തൂങ്ങി. അടുക്കളക്കരിയും കണ്ണീരും പറ്റിയ ശാന്തയുടെ കൈക്കിലകൾ അയാളോർമിച്ചു. അവളുടെ സങ്കടങ്ങളെ പുകച്ചുപുറത്തു ചാടിക്കുകയെന്നത് എപ്പോഴും നീറിക്കൊണ്ടിരുന്ന അടുപ്പുകളുടെ ധർമമായിരുന്നു. മാനിറച്ചിയിൽ പിടയ്ക്കുന്ന കണ്ണുകളുടെ ഇടർച്ചയും മയിലിറച്ചിയിൽ വർഷമൊഴിയുന്നതറിഞ്ഞു വലിച്ചൊതുക്കിയ പീലികളുടെ വേദനയും അവളറിഞ്ഞു. അവൾക്കു നായാട്ടിന്റെ സമ്പാദ്യങ്ങളെയും അയാളെയും തന്നെത്തന്നെയും വെറുപ്പായിരുന്നു.

തിരുമ്മുപുരയിൽ വെളുപ്പിനെത്തുന്ന ദിവസം ഒരാൾ മെഴുകുതിരി കത്തിച്ചു വെച്ച് വെളിച്ചം പകരും. കണ്ണുകളിലെ തിളക്കവുമായി രാമേട്ടൻ തിരുമ്മാരംഭിക്കുമ്പോൾ കത്തിയുരുകുന്ന മെഴുക് താഴേക്കൊഴിച്ച് സഹായി കൂടുതൽ വെളിച്ചം പകരും.

രാമേട്ടൻ നിർമലമായ ഒരു കണ്ണാടിയാണ്. ഒരാളുടെ ജീവിതം മറ്റൊരാളുടെ ജീവിതത്തിന് നേർക്കുനേരെയാക്കി പരിശോധിക്കേണ്ടതായ അവസരം ഉണ്ടായേക്കാമെന്ന് മാരനറിയില്ലായിരുന്നു. പൊള്ളുന്ന ആ നേരം

വരെ മാത്രമാണ് അഹന്തയ്ക്കു നിലനിൽപ്പുണ്ടാകുക. പ്രതിബിംബം കണ്ട് നാം ചൂളിപ്പോവും. രാമേട്ടന്റെ കയ്യിലെ മെഴുകുതിരിയായി ഉരുകാൻ മാരന് പ്രതിബിംബദൃശ്യങ്ങൾ ധാരാളമായിരുന്നു. കൊലക്കുറ്റങ്ങൾ കുമിഞ്ഞു കൂടിയ മനസ്സിന് എതിർവശം അവയവങ്ങളിൽ ജീവൻ നിറയ്ക്കുന്ന ഒരാളുടെ മനസ്സ്.

നിലത്തെഴുത്താശാന്റെ കളരിയിൽ പഠിച്ചിരുന്ന കാലത്ത് വെറുതെ ഒരു മരച്ചുവട്ടിൽ നിൽക്കുകയായിരുന്ന മാരനെ കടിച്ച നായയാണ് അയാളിലെ നായാടിയെ കുടഞ്ഞുണർത്തിയത്. അയാളുടെ കളരിയിലേക്കുള്ള പോക്കും തിരിച്ചുവരവും വേട്ടകളായിരുന്നു. ഒളിഞ്ഞും തെളിഞ്ഞും അയാൾ മൃഗങ്ങളെ ഉപദ്രവിച്ചു. കൃഷിയൊഴിഞ്ഞ എള്ളിൻപാടങ്ങളിൽ പുല്ലു തിന്നുന്ന പശുവിന്റെ വയറിലെ കലകൾ ലക്ഷ്യമാക്കി അയാൾ കല്ലുകൾ എറിഞ്ഞു. വാൽ പിടപ്പിച്ച് ഒച്ച വെക്കുന്ന അണ്ണാറക്കണ്ണനുനേരെ കവണതൊടുത്തു. പുറകോട്ടു ചാടിച്ചാടി പ്ലാവിറങ്ങുന്ന മരംകൊത്തികൾക്കു മേലെ ചരലെറിഞ്ഞു. തോക്കെടുക്കാമെന്നായപ്പോൾ അയാൾ ചില്ലറ ആയുധങ്ങൾ ഉപേക്ഷിച്ചു. ഇരയുടെ മരണമുറപ്പാക്കുന്ന പുതിയ ആയുധത്തിനു മുൻപിൽ മാരനെ ലക്ഷ്യം പഠിപ്പിച്ച ചെറുകല്ലുകളും കവണയും ദുർബ്ബലമായി.

താൻ ഒരാളുടെ മനസ്സിനെയാണ് ഉഴിഞ്ഞുകൊണ്ടിരുന്നത് എന്നു രാമേട്ടനറിഞ്ഞില്ല. നാൽപത്തിയഞ്ചാം ദിവസം മാരന്റെ ഉഴിച്ചിൽ പൂർത്തിയാക്കുമ്പോൾ കൂടെക്കൂടെ പിടച്ചിരുന്ന അയാളുടെ ഞരമ്പുകളുടെ ധിക്കാരവും കണ്ണുകളിലെ ചുവപ്പും ഒടുങ്ങിയിരുന്നത് രാമേട്ടനു ബോധ്യമായി. തനിക്കെതിരെ പലകയിലിരുന്ന മാരനോട് രാമേട്ടൻ സാവധാനം പറഞ്ഞു:

'ഇനി ഉഴിച്ചിൽ മതിയാക്കാം.' തിരുമ്മുപുരയുടെ കമുകുത്തരത്തിൽ ഒരു കയർക്കുരുക്കിൽ തൂങ്ങിയാടിയിരുന്ന കുഴമ്പുകുപ്പിയിലായിരുന്നു മാരന്റെ നോട്ടം. ചുവപ്പൊഴിഞ്ഞ് ശുഭ്രമായ മാരന്റെ കണ്ണിൽ നനവൂറി. ചുണ്ടുകൾക്കിടയിൽ കലമ്പുന്ന ഒരു പാണൽ പീപ്പിയുടെ സ്വരമായിരുന്നു അയാളുടെ വാക്കുകളിൽ.

'ചാവാൻ പേടിച്ചിട്ട് ഞാനൊരാളെ കൊന്നിട്ടുണ്ട്.'

'ആരെയാണെന്ന് അയാളറിഞ്ഞിട്ടുണ്ടാവുമല്ലോ. അതുമതി.'

'പിന്നെ ഞാനൊരുപാടു ജന്തുക്കളെ...'

'നായാട്ടിന്റെ നേരമ്പോക്കും വീരസ്യവും കേൾക്കാൻ ഞാനിരിക്കാറില്ല.'

'പോവാങ്കാലത്തു ഞാനെന്തെങ്കിലും തരട്ടെ?'

'വേണ്ട. എനിക്കു വേണ്ടതൊക്കെ ഈ മണ്ണിലുണ്ട്.'

മാരൻ ഇറങ്ങിനടന്നു. മുൻപായിരുന്നുവെങ്കിൽ ഉപയോഗം കഴിഞ്ഞ എന്തിനെയും അയാൾ നശിപ്പിക്കുമായിരുന്നു. എങ്കിലിപ്പോൾ രാമേട്ടനും തിരുമ്മുപുരയുടെ മൂലയിൽ ചുരുണ്ടുകൂടുമായിരുന്നു. വിഭിന്ന താൽപര്യങ്ങളുടെ പേരിൽ അയാളാദ്യം ഏറ്റുമുട്ടിയത് ശാന്തയോടായിരുന്നു. അവളെ

ഇല്ലായ്മ ചെയ്തത് നടുക്കത്തോടെ അയാൾ ഓർമിച്ചു. കടുത്ത വൈരുദ്ധ്യങ്ങളോട് രണ്ടാമതയാൾ പൊരുതിയത് രാമേട്ടന്റെ അടുത്താണ്. കോപം സഹിക്കാനാവാതെ അയാളെ കൊന്നുകളഞ്ഞാലോയെന്ന് മാരൻ ആദ്യം വിചാരിച്ചതുമാണ്. തിരുമ്മും സൗഖ്യവും മറ്റെവിടെനിന്നും ലഭിക്കില്ലെന്ന അറിവിൽ മാരൻ അടങ്ങി. അതൊക്കെ പഴങ്കഥ. പോരുമ്പോൾ രാമേട്ടന്റെ പാദങ്ങളിൽ പൂക്കൾ അർപ്പിക്കണമെന്നാണയാൾക്കു തോന്നിയത്. പുല്ലുകൾ അമർത്തിയൊഴുകുന്ന തോട്ടിൽ നോക്കി അയാൾ നടപ്പു തുടർന്നു.

തന്റെയുള്ളിൽ മുരണ്ടിരുന്ന എല്ലാ വന്യജീവികൾക്കുമെതിരെയുള്ള നായാട്ട് അയാൾ പൂർത്തിയാക്കിയിരുന്നു. വേട്ടകൾ തുടങ്ങുമ്പോൾ അവസാനത്തെ ഇര താൻ തന്നെയാകുമെന്ന് അയാൾ അറിഞ്ഞിരുന്നില്ല. വീട്ടിൽ നിന്ന് വെടിക്കോപ്പുകൾ നിറച്ച കുട്ടിച്ചാക്കുമായി മാരൻ പുറത്തിറങ്ങി. വനാതിർത്തിയിൽ അയാൾ നിന്നു. ആദ്യം കണ്ട നടപ്പാതയിലൂടെ വേനലിൽ ഇലകൾ കരിഞ്ഞ വനത്തിലേക്ക് അയാൾ നടന്നു. തൊട്ടാവാടികൾ അയാളുടെ കാൽപ്പാദങ്ങളെ പുറകോട്ടു വലിച്ചു. അതിന്റെ റോസു നിറമുള്ള പൂവുകൾ അയാളുടെ ചവിട്ടേൽക്കാതെ വിറച്ചു.

അയാളെ കണ്ട മുള്ളൻപന്നി മുള്ളുകൾ ചിതറിച്ചു. മാരൻ തോക്കെടുത്ത് ഉന്നം പിടിക്കാൻ ശ്രമിച്ചു. കൈ വിറയ്ക്കുന്നു. പൂച്ചയെ കൊന്നാൽ കൈ വിറയ്ക്കുമെന്നാണ് പ്രമാണം. പിന്നെ മാനിനെ കൊന്നവന്, മയിലിനെ കൊന്നവന്, മനുഷ്യനെ കൊന്നവന് സന്നിപാതജ്വരത്തിന്റെ വിറയാണ് വരേണ്ടത്. അയാൾക്ക് ലക്ഷ്യം നിർണയിക്കാനായില്ല. പശുക്കൾ വയറനക്കുമ്പോൾ വിറയ്ക്കുന്ന കലകളായിരുന്നു അയാളുടെ മുന്നിൽ. ഒരിക്കൽക്കൂടി തോക്കുയർത്തി തന്റെയുള്ളിലെ വേട്ടക്കാരൻ നായാട്ടവസാനിപ്പിച്ചില്ലേയെന്ന് അയാൾ ഉറപ്പു വരുത്തി.

അയാളുടെ കാലൊച്ചയിൽ മൃഗങ്ങൾ ഓടി. തോക്കിന്റെ ലക്ഷ്യത്തിൽ നിന്നും കുതറിമാറി രക്ഷപ്പെട്ടിട്ടുള്ള മൃഗങ്ങൾക്കു തന്നെ തിരിച്ചറിയാൻ കഴിയുമെന്ന് അയാൾ കരുതി. കുതറിമാറാനും രക്ഷപ്പെടാനുമാവാതെ ശാന്ത കാൽ മടക്കുന്നത് അയാളുടെ മനസ്സിൽ തെളിഞ്ഞു. അവളെ കണ്ടു വരുന്നതു പോലെ ആകാശത്തിൽ നിന്നും ഒരുപറ്റം കിളികൾ പറന്നു വന്നു. വള്ളിപ്പടർപ്പിൽ നിന്നും പൊന്തിവന്ന് ഒരു കുയിൽ പതിഞ്ഞ സ്വരത്തിൽ പാടി. മാരൻ ആദ്യമായി ആ സ്വരത്തിനൊപ്പം മൂളാൻ ശ്രമിച്ചു.

തോക്ക് ചുഴറ്റി അയാൾ കൊക്കയിലേക്കെറിഞ്ഞു, കുട്ടിച്ചാക്കിൽ നിന്നും തിരകളെടുത്ത് കിളിയൊച്ചയുടെ താളത്തിനൊപ്പം മാരൻ അമ്മാനമാടി. അവ ഈറ്റക്കാട്ടിലേയ്ക്കയാൾ എറിഞ്ഞു.

നായാട്ടിന്റെ വിഹ്വലതകളൊഴിഞ്ഞ കാൽവയ്പ്പുകളോടെ വായുവിൽ കൈകൾ നീട്ടിവീശി മാരൻ കാട്ടിൽനിന്നു പുറത്തേക്കുള്ള വഴി തിരഞ്ഞു.

■

രണ്ടാമത്തെ അയൽക്കാരൻ

വെളുപ്പാൻ കാലത്തിന് അത്ര തണുപ്പൊന്നുമില്ല. അങ്ങാടിയുടെ ഭാഗത്തേക്ക് റോഡിൽക്കൂടി നാലുപേർ നല്ലവേഗത്തിൽ നടന്നുപോകുന്നതു കണ്ട് എന്തുപറ്റി എന്നൊന്ന് അന്ധാളിച്ചു. അവർ നടക്കാനിറങ്ങിയതാണെന്ന് പിന്നെയാണ് ഓർമ്മ വന്നത്.

എല്ലാ തൊഴുത്തുകളും ഒരുപോലെയല്ല. ചിലതിന്റെ ചെരിവും പുൽത്തൊട്ടിയുടെ പുറകിലുള്ള രണ്ട് മര അഴികളും കണ്ടാൽ അത് തെക്കോട്ടു നോക്കി ചിരിച്ചങ്ങനെയിരിക്കുകയാണെന്ന് തോന്നും. ചിലത് ഓടൊക്കെ തൂങ്ങി, പട്ടിക വളഞ്ഞ്, ഇടിഞ്ഞു വീഴാൻ പോകുന്ന മട്ടിലാണ്. ചിലതിന് വെള്ളപൂശി, എന്തോ വിശേഷം നടക്കാനിരിക്കുന്നതുപോലെ.

ഒന്നും രണ്ടുമല്ല, വെളുപ്പിന് എട്ടു തൊഴുത്തുകൾ കയറി ഇറങ്ങണം. കറവക്കാരനുള്ള പാത്രം ചില വീടുകളിൽ പുറത്തുവച്ചിട്ടുണ്ടാകും. അവരൊക്കെ വെളുപ്പിനെ എഴുന്നേൽക്കാൻ മടിയുള്ളവരാണ്. ചില വീടുകളിൽ വാതിലിൽ മുട്ടണം, കറവപ്പാത്രം കിട്ടാൻ. ആണൊരുത്തൻ അന്തംവിട്ടുറങ്ങുന്ന വീട്ടിലെ വീട്ടുകാരത്തി തനിച്ചുവന്നു വാതിൽ തുറക്കുമ്പോൾ പേരുദോഷമൊന്നും കേൾപ്പിക്കാതിരിക്കാൻ പ്രത്യേകം സൂക്ഷിക്കണം.

പുതുതായി കൊണ്ടുവന്ന മിക്ക പശുക്കൾക്കും കറക്കാൻ ചെല്ലുമ്പോൾ ചവിട്ടും തൊഴിയും കൂടുതലായിരിക്കും. പിന്നെ അവറ്റയ്ക്ക് പരിചയമാകും. നമുക്ക് ചാണകമണം കുഴപ്പമില്ലെന്നാവുന്നതുപോലെ. ചില തൊഴുത്തിൽ പുല്ലിന്റെ പുത്തൻ മണം കാണും. ചിലതിൽ കത്തു പിടിക്കാൻ പോകുന്ന വയ്ക്കോലിന്റെ ഉണക്കമണമാകും. ഈച്ച നിറച്ചുള്ള തൊഴുത്താകും ഒരെണ്ണം. അടുത്തതിൽ നിറയെ കൊതുക്. നല്ല പശുക്കൾ വാലുകൊണ്ടതിനെയൊക്കെ അകറ്റി സഹായിക്കും. ചിലതിന്റെ ദേഹത്തെ ചെള്ളുകൾ പാൽപ്പാത്രത്തിൽ വീഴാതെ നോക്കണം. എന്തൊക്കെയായാലും പാൽ പതഞ്ഞുപതഞ്ഞ് പാത്രത്തിൽ നിറയുമ്പോൾ ഒരു സന്തോഷമാണ്. ആരാന്റെ പാലാണെങ്കിലും കറക്കുന്നത് നമ്മളാണല്ലോ എന്നൊരു ഗമയും.

എല്ലാം കഴിഞ്ഞ് വെള്ളം കൊണ്ടുപോകാനുള്ള കനാലുവെട്ടുന്നതിനടുത്തെത്തുമ്പോൾ എട്ടുമണിയാകാറാകും. അവിടെ ഒന്നു നില്ക്കും. കനാലുപണിയും അവിടെ വന്നങ്ങനെ നില്പാണ്. എങ്ങനെയാണ് മുടങ്ങി

പ്പോയതെന്നറിയില്ല. ഗ്രാമീണ ജലസേചനപദ്ധതി എന്ന മഞ്ഞ ബോർഡിൽ ആർ.ഐ.പി. എന്നും എഴുതിയിട്ടുണ്ട്. ശവക്കോട്ടയിലെ മാർബിൾ പാളിയിലും അതേ അക്ഷരങ്ങളാണല്ലോ എഴുതി വച്ചിരിക്കുന്നതെന്നോർത്തപ്പോൾ കനാൽപ്പണിക്കും അന്ത്യമായിക്കാണുമെന്ന് ഉറപ്പായി.

അന്നേരമാണ് ഇടത്തേ തോളിൽ ചുറ്റിച്ചുറ്റിയിട്ട വടവും വലത്തേകൈയിൽ മഴുവുമായി അവനും കനാൽ പരിസരത്തേക്കു വന്നത്. പുറകെ മരം അറക്കുന്ന യന്ത്രവാളുമായി അവന്റെ മകനുമുണ്ട്. തലവെട്ടിച്ച് അവൻ വേഗത്തിൽ നടന്നുപോയി. ഒരുപാട് പാരവെയ്പ്പുകൾക്കിടയിലും കാണുമ്പോൾ അയൽപക്കക്കാരന്റെ ഒരു വെറും കുശലം അവൻ പറയാറുള്ളതാണ്. കഴിഞ്ഞ കൊല്ലത്തെ സംഭവത്തിനുശേഷം അതും തീർന്നു. നന്നായി. അവൻ മിണ്ടാതിരിക്കുന്നതാണ് ഭേദം. ഇതുപോലെ നുണ പറയുന്ന വേറൊരാളെ ജന്മത്ത് കണ്ടിട്ടില്ല. കഷ്ടം, ഭയങ്കരം എന്നൊക്കെ നമുക്ക് പിറുപിറുക്കാമെന്നല്ലാതെ അതൊന്നും അവനെ ബാധിക്കുന്ന പ്രശ്നമില്ല. അവനേക്കാൾ ഭയങ്കരമാണ് അവന്റെ ഭാര്യയുടെ കാര്യം. മരം വെട്ടുന്നിടത്തു നിന്നൊക്കെ അവൻ കൊണ്ടുവരുന്ന ചീളുകളും ചുള്ളികളും ഉണ്ടെങ്കിലും അവൾക്ക് എപ്പോഴും വിറകില്ലല്ലോ എന്നൊരാധിയാണ്. മഴക്കാലമടുക്കുമ്പോഴേക്കും ആധി കൂടിക്കൂടി വരും. അയൽപക്കത്തെ പറമ്പുകളിൽ നിന്നൊക്കെ കൊതുമ്പും ചൂട്ടും മടക്കടയും കമ്പുകളും അവന്റെ വീട്ടിലേക്കൊഴുകും. തലയിൽ വിറകിന്റെ കെട്ടില്ലാതെ അവന്റെ ഭാര്യയെ കണ്ടിട്ടേയില്ല. എന്നിട്ടും അവൾ ആരും കാണുന്നില്ലെന്ന വിചാരത്തിൽ ഞങ്ങളുടെ പറമ്പിലെ പൊക്കം കുറഞ്ഞ മരങ്ങളുടെ കൊമ്പ് ഒടിച്ച് വയ്ക്കും. പിന്നെ അത് മരത്തിൽത്തന്നെ ഉണങ്ങി നിൽക്കുന്നത് കാണിച്ചുതന്ന് ഓ, കൊമ്പൊക്കെ ഒടിഞ്ഞല്ലോ, ഞാനിത് വിറകിനെടുത്തോട്ടെ എന്ന് ചോദിച്ച് അതും കൊണ്ടുപോകും. വിറകിനോടുള്ള അവളുടെ ആർത്തി കണ്ടാൽ അവൾ അടുക്കളയിൽ നിന്ന് മാറാറില്ലെന്ന് തോന്നും. അവന്റെ പറമ്പിലെ മരത്തിലുള്ള ഇത്തിൾക്കണ്ണിക്കും അതേ സ്വഭാവമാണ്. അത് തല നീട്ടിനീട്ടി വന്ന് ഞങ്ങളുടെ മരത്തിനേയും വളഞ്ഞു പിടിക്കും. അവൾക്ക് വിറകൊടിക്കാൻ വേണ്ടി ഇത്തിൾക്കണ്ണി ഞങ്ങളുടെ മരത്തിന്റെ കൊമ്പ് ഉണക്കും. ചെടികൾ ഇങ്ങനെയൊക്കെ ചെയ്യുമോയെന്ന് അതിശയിച്ച് പോകും. അവന്റെ പറമ്പിലെ ചെടിയല്ലേ, അതിനപ്പുറവും ഒപ്പിക്കും.

വൈകുന്നേരം വെറുതെ കവലയിലേക്കിറങ്ങുന്ന നേരത്താവും അവൻ തിരിച്ചു വരുന്നത്. അവന്റെ തോളിലെ വടം കാണുമ്പോൾ ചെകുത്താനാണ് വരുന്നതെന്ന് തോന്നും. കൈ നിറയെ അവന് ചുരുണ്ട രോമങ്ങളുണ്ട്. അതിലാകെ മുറിച്ച മരത്തിന്റെ തരമനുസരിച്ച് മഞ്ഞയോ, വെള്ളയോ നിറമുള്ള പൊടി പറ്റിപ്പിടിച്ചിട്ടുണ്ടാകും. അന്നേരം കോടാലി കൂടി അവന്റെ മകൻ പിടിക്കും. അവന്റെ കയ്യിൽ വാക്കത്തിയും മരത്തിന്റെ വണ്ണം നോക്കാനുള്ള ടേപ്പും കാണും. ഏതവനേയും അളന്നുകളയുമെന്ന മട്ടിലുള്ള അവന്റെ വരവ് കാണുമ്പോൾ സത്യത്തിൽ ചൊറിഞ്ഞു കയറും.

ഇരു വീടുകൾ തമ്മിൽ വളരെ ചെറിയ അകലമേയുള്ളു. അടുത്തെങ്ങും വേറെ വീടില്ലാത്തതുകൊണ്ട് പേടിച്ചിട്ടെന്നപോലെ, ഇരട്ടപെറ്റതുമാതിരി, രണ്ടു വീടുകളും അടുത്തടുത്തായിരുന്നു. അപ്പപ്പത്തലും മുരിക്കിൻ കമ്പും നട്ടുണ്ടാക്കിയ ഒരു വേലി പറമ്പുകളെ പകുത്തതൊഴിച്ചാൽ കാരണവൻമാർ തമ്മിൽ ഒരു തിരിവുമില്ലായിരുന്നു. അപ്പൻ ചത്താൽ പള്ളിയിൽ കൊണ്ടുപോകാൻ വഴിയില്ലെന്ന് പറഞ്ഞ് അവനും കൂട്ടാളികളും ചേർന്ന് ഞങ്ങളുടെ പറമ്പിൽക്കൂടി ബലമായി വഴി വെട്ടി. അപ്പൻ മരിച്ചാൽ എന്നുപോലും പറയാതെ അപ്പന്റെ വരാൻ പോകുന്ന മരണത്തെ അവൻ വെറും ചാകൽ മാത്രമാക്കി. എന്നിട്ടെന്താ അവന്റെ അപ്പനിപ്പോൾ അത്യുത്സാഹത്തോടെ നൂറിൽ തൊടുന്നു. ഇക്കണക്കിന് അവനെ പള്ളിയിലേയ്ക്കെടുക്കാനാവും ആ വഴി വേണ്ടിവരിക എന്നുപോലും തോന്നാൻ പാകത്തിന് അവൻ ഒരു പാട് ഏനക്കേടുകൾ പിന്നേയും കാട്ടിക്കൂട്ടി.

ദുർബ്ബലന്മാർക്ക് എന്തു ചെയ്യാൻ പറ്റും? എന്നാൽ ദുർബ്ബലന്മാർക്കു വേണ്ടി ദൈവത്തിന് ചില പദ്ധതികളൊക്കെയുണ്ടെന്ന് പിറ്റേ ആഴ്ച തന്നെ തോന്നിപ്പോയി. കൈക്കരുത്തുള്ളവനോടു കളിക്കാൻ ചെന്നപ്പോൾ അവന് നിറയെ കിട്ടി. കൈയും കാലും പൊട്ടി വെട്ടുകൽമടയിൽ കിടന്ന അവനെ പൊക്കിയെടുക്കുന്ന കാഴ്ച ദുർബ്ബലന്മാർക്കുവേണ്ടി ദൈവം കൊണ്ടുവന്നതാണോ? വെട്ടുകൽമടയിലെ പച്ചവെള്ളത്തിൽ, വെള്ളത്തിന്റെ നിറം തന്നെയാണ് ഉദ്ദേശിച്ചത്, കിടന്നപ്പോഴും പച്ചക്കള്ളങ്ങൾ അവനിൽ നിന്നും ഒഴിഞ്ഞു പോയില്ല.

അവനോടു പറയണമെന്നു വിചാരിച്ചതാണ്. ഇവിടെ എല്ലാവർക്കും ജീവിക്കണം. കാട്ടിൽ ആനയും സിംഹവും പുലിയും മത്രമല്ലല്ലോ. അവിടെ മാനും മ്ലാവുമൊക്കെ വളരുന്നുണ്ട്. നിന്റെ പറമ്പിലും പാമ്പുകൾക്കൊപ്പം കുഞ്ഞിപ്പുഴുക്കളും കാണും. ഒരേ മാനത്താണ് പരുന്തുകളും കിളികളും പറക്കുന്നത്.

ഒന്നും പറയാൻ പറ്റിയില്ല. എല്ലാമങ്ങ് സഹിച്ചു. ഞങ്ങളുടെ വീട് ചോർന്നൊലിച്ചിട്ട് ഓടിനു മീതെ നീലടാർപ്പായ വലിച്ചിട്ടിട്ടാണ് നനയാതെ കിടക്കുന്നത്. പെടാപ്പാടുകൾ ആരോടും പറയാതെ കഴിഞ്ഞുകൂടാൻ ഞങ്ങളങ്ങനെ പഠിച്ചിട്ടുണ്ട്. വെള്ളത്തിൽ നിന്ന് പൊങ്ങിവരുന്ന തവളയുടെ മാതിരി കണ്ണ് ചിലപ്പോൾ നനഞ്ഞിരിക്കുമെന്നേയുള്ളൂ.

വെളുപ്പിന് പശുവിനെ കറക്കുന്നതിനു പോകാൻ പഴയൊരു ടൈംപീസിൽ അലാറം വെയ്ക്കും. സ്റ്റീൽ പിഞ്ഞാണം താഴെ വീഴുന്ന ഒച്ചയിൽ കൃത്യം നാലരമണിക്കു തന്നെ അതടിക്കും. പിള്ളേരാരെങ്കിലും ചിലപ്പോൾ ഒന്നു തലപൊക്കിയിട്ട് പുതപ്പിനടിയിലേക്ക് വലിയും. കിണറ്റുകരയിൽ നിന്നു പല്ലുതേയ്ക്കുമ്പോൾ അവന്റെ വീടുനോക്കി മിക്കവാറും എന്നും വിചാരിക്കാറുണ്ട് എന്തിനാണ് ആൾക്കാർക്ക് ഇത്രയും ആർത്തിയെന്ന്. കട്ടൻ കാപ്പി അനത്തിക്കുടിച്ച് അഞ്ചുമണിക്ക് ടോർച്ച് തെളിച്ച് ഇറങ്ങുമ്പോൾ പള്ളിപോലും ഉറക്കത്തിലായിരിക്കും. പിന്നെയും കുറച്ചുകഴിഞ്ഞാണ് അവിടെ ലൈറ്റുകൾ തെളിയാറ്.

ഉറക്കം പോയിക്കിട്ടിയാൽപ്പിന്നെ നടപ്പൊരു രസമാണ്. ഏതെല്ലാം പക്ഷികളാണ് ദൈവമേ നേരത്തേ ഉണരുന്നത്. എല്ലാ പശുക്കളും ചെല്ലുമ്പോൾ എഴുന്നേറ്റ് നില്ക്കുന്നുണ്ടാവും. അവയ്ക്കൊക്കെ വെളിച്ചമാവുന്നത് കാണണമെന്ന് തോന്നും.

വീട്ടിൽ തിരിച്ച് വന്ന് കയർക്കട്ടിലിലെ കളങ്ങൾക്ക് പടം വരയ്ക്കാൻ പുറം വിട്ടുകൊടുത്തു കൊണ്ട് ഒരു കിടപ്പുണ്ട്. കണ്ണിലെ പുളിപ്പു മാറ്റാൻ ഒരു പൂച്ചയുറക്കം കഴിഞ്ഞ് നേരെ പറമ്പിലേക്ക്. എന്നും വൈകുന്നേരം അവൻ കുഴമ്പുതേച്ച് നടക്കുന്നതു കാണാം. കുളിയും കളിഞ്ഞ് സന്ധ്യയോടെ അവൻ ഷാപ്പിലേക്ക് പോവും. തമ്മിൽ മിണ്ടാറുള്ള കാലത്ത്, മേലുവേദന മാറ്റാനാണാ പോക്കെന്നാണവൻ പറയാറുള്ളത്. പച്ചമരത്തിന്റെ മണം ശരീരത്തിൽ നിന്നും പോവാൻ അവന്റെ മകനും കുളിക്കും. പക്ഷേ അവൻ ഷാപ്പിലേക്ക് പോകാറില്ലെന്ന് മാത്രം.

തീർത്തും മിണ്ടാട്ടം നിന്നുപോയ ആ സംഭവത്തിനു ശേഷം ഇപ്പോൾ ഒരു കൊല്ലമായി. അവനോടു കടം മേടിച്ച പണത്തിന് പലിശ വേണമെന്നവൻ പറഞ്ഞതേയില്ല. തിരിച്ചുകൊടുക്കാൻ നേരത്ത് മാസം നൂറ്റിക്കഞ്ച് പലിശ കൊടുക്കണമെന്നായി അവൻ. അവൻ കടം മേടിച്ചപ്പോഴൊന്നും അങ്ങനെയൊരു പലിശ തന്നിട്ടുമില്ല. അതൊരു പെരും നുണയായതുകൊണ്ട് പോയിപ്പണിനോക്കാൻ പറയേണ്ടി വന്നു. ഒന്നും മിണ്ടാതെ പോയ അവൻ പോലീസിനേയും കൊണ്ടാണ് പിന്നെ വന്നത്. കടം വാങ്ങിച്ചതിന് ഒരു കരാർ എഴുതി വെച്ചിരുന്നു. എനിക്ക് നിന്നെ വിശ്വാസക്കുറവില്ലെന്ന് പറഞ്ഞ്, അവനുള്ള കോപ്പി കൂടി ഇവിടെത്തന്നെ വച്ചോയെന്ന് പറഞ്ഞ്, അവനത് കൊണ്ടുപോയില്ല. അതവന്റെ വീട്ടിൽ നിന്നും മോഷണം പോയെന്ന് പറഞ്ഞ് തൊണ്ടി പൊക്കാൻ പോലീസിനേയും കൊണ്ടു വന്നതാണ്. അന്നുരാവിലെ മേശ തുറന്നപ്പോൾ എന്തോ ഒരു തോന്നലുണ്ടായി അത് തലയിണക്കടിയിലേക്ക് മാറ്റിയിരുന്നു. പോലീസ് മേശ തപ്പി. ഒന്നും കിട്ടിയില്ല. ദൈവം ദുർബ്ബലനുവേണ്ടി ഉണ്ടാക്കിയ ഒരു തോന്നലിന്റെ ഫലമായി കള്ളനാവാതെ കഴിഞ്ഞു. അവനാണ് പോലീസിന്റെ വക താക്കീത് കിട്ടിയത്.

പിന്നെ അവനോട് എങ്ങനെ മിണ്ടാനാണ്? മുതൽപ്പണം പിറ്റേ ദിവസം തന്നെ അവന്റെ വീട്ടിൽ കൊണ്ടുപോയി കൊടുത്തു. അവനവിടെ ഇല്ലായിരുന്നു. കല്യാണം കഴിക്കാത്ത അനിയൻെറ കയ്യിൽ അത് കൊടുത്തിട്ട് പോന്നു. പാവം പറ്റിക്കില്ല. അവൻ കൊത്തിയെറിയുന്ന മരച്ചീളുകൾ കൊണ്ട് പുൽച്ചാടിയേയോ, തുമ്പിയേയോ, എന്തിന് ഒരു മരംകൊത്തിയെത്തന്നെയോ ഉണ്ടാക്കി അവന്റെ അനിയൻ കാലം കഴിക്കുന്നു. അവൻ ഒരിക്കലും അനിയനോടൊരു ലോഹ്യവും കാണിക്കില്ലെന്നു മാത്രം.

പോലീസിനെ കൊണ്ടുവന്നതിന് അപ്പപ്പത്തലൂരി അവനിട്ടൊന്ന് കൊടുക്കാൻ മേലായിരുന്നോയെന്ന് പലരും ചോദിച്ചതാണ്. പകരം ചോദിക്കൽ നമ്മുടെ പണിയല്ലെന്ന് പറഞ്ഞ് ഒഴിഞ്ഞു കളഞ്ഞു. ഇത്രയൊക്കെയായിട്ടും

അവനോടു വഴക്കില്ലാതിരുന്ന കാലത്തെ എന്തോ ഒന്ന് ഉള്ളിൽ കിടന്നതു കൊണ്ടാണ് അങ്ങനെ തോന്നിയത്.

ഒന്നാമത്തെ അയൽക്കാരൻ നമ്മുടെ അകത്തുതന്നെയാണ്. രാവിലെ ഉറക്കമുണർന്ന് ഇത്തിരിനേരം വെറുതെകിടക്കുമ്പോഴോ, രാത്രി ഉറങ്ങാൻ കിടക്കുമ്പോഴോ ഉള്ളിലിരുന്നൊരാൾ മിണ്ടാൻ തുടങ്ങും. എന്തുചെയ്യണ മെന്നറിയാതെ വരുമ്പോഴോ, എന്തെങ്കിലും കുഴപ്പത്തിൽ ചെന്നു ചാടുന്ന നേരത്തോ അരുതാത്തതെന്തെങ്കിലും കുരുത്തക്കേടിനു തോന്നിപ്പോ യാലോ ഉള്ളിലിരുന്ന് അയാൾ ഇടപെടും. ഒരു നല്ല അയൽക്കാരനേപ്പോലെ അയാൾ എന്തുവേണമെന്ന് പറഞ്ഞ്തരും. വരുംവരായ്കകൾ ഓർക്കാതെ എന്തിനെങ്കിലും ചാടിപ്പുറപ്പെടുമ്പോൾ അകത്തിരിക്കുന്ന അയൽക്കാ രനുമായി ചിലപ്പോൾ ഗുസ്തിപിടുത്തവും വേണ്ടിവരാം. നീ എന്തൊക്കെ യാണ് കാട്ടിക്കൂട്ടുന്നതെന്ന് അയാൾ ശാസിച്ചെന്നും വരും.

എന്നാൽ അവൻ, രണ്ടാമത്തെ അയൽക്കാരൻ, ഉള്ളുകൊണ്ട് ഒരുപാട് അകലത്തിലായിപ്പോയി. രണ്ടുവീടുകൾ അടുത്തതായതുകൊണ്ടു മാത്രം അയൽക്കാരൻ ഉണ്ടായിക്കൊള്ളമെന്നില്ലല്ലോ.

ഇക്കൊല്ലത്തെ വേനൽ ഭയങ്കരമാണ്. അവന്റെ കിണറ്റിലെ വെള്ളം തീർത്തും വറ്റി. അടിയിൽ പാറ തെളിഞ്ഞു വന്നു. പാറപൊട്ടിക്കാൻ വേണ്ടി അതിൽ തമരടിപ്പിച്ച് രണ്ടു കുഴികൾ ഉണ്ടാക്കി. അപ്പോഴാണ് അവനോ ടാരോ പറഞ്ഞത് അങ്ങനെ ചെയ്താൽ വീട് ഇടിഞ്ഞു വീഴുമെന്ന്. ഗ്രാമീണ ജലസേചന പദ്ധതിയിലെപ്പോലെ പണി അവിടെ നിന്നു. ഒരു ചെറിയ വേനൽ മഴപെയ്തു. പാറക്കുഴിയിൽ വീണ വെള്ളം മുഴുവൻ അവന്റെ ഭാര്യ അപ്പോൾത്തന്നെ കോരിയെടുത്തു. പിറ്റേ ദിവസം ഒരു തുള്ളി വെള്ളം പോലുമില്ലാത്ത കിണർ വരണ്ടു. അവന്റെ ഭാര്യയുടെ ആർത്തി വെള്ളത്തിനോടുമായി. വിറകും വെള്ളവുമെന്ന ആർത്തികൾ ക്കിടയിൽ അവൾക്ക് നിൽക്കക്കള്ളിയില്ലാതെയായി. അവൾ എപ്പോഴും കിണറ്റിൽ ചെന്ന് നോക്കി. തമരടിച്ച രണ്ടു കുഴികളിൽ മാത്രം സാറന്മാരു വച്ചിട്ടു പോയ റൂൾത്തടികൾ പോലെ കുറച്ചുവെള്ളം അനങ്ങാതെ നിന്നു.

പിറ്റേന്നു രാവിലത്തെ പണി കഴിഞ്ഞു വന്നപ്പോൾ മുറ്റത്തു കഴുകാൻ വച്ച മീൻ പാത്രത്തിനു ചുറ്റും പട്ടിക്കുഞ്ഞുങ്ങൾ തുള്ളിച്ചാടുന്നു. വീട്ടി ലേക്കുള്ള വഴിയിൽ, കാട്ടുചേമ്പുകൾ ആർത്തുവളർന്ന് നിൽക്കുന്നതിന ടുത്തെത്തിയപ്പോൾ, ഈ പട്ടിക്കുഞ്ഞുങ്ങളെ കണ്ടതാണല്ലോ. അവ എങ്ങനെ ഇത്ര വേഗം ഇവിടെയെത്തി. അവയ്ക്ക് എന്താണോ വേണ്ടത് അതെടുക്കാൻ അവ പാഞ്ഞെത്തുകയാണ്. ഇതേ സൂത്രമാണ് അവനും ഭാര്യയും കാണിക്കാറുള്ളത്. എന്നാൽ പണത്തിന്റെ പ്രശ്നം വന്നതിൽ പ്പിന്നെ അവന് വേലകളൊന്നും പറ്റുന്നില്ല. അവന് വെള്ളം കൊടുക്കണ മെന്നുണ്ട്. എങ്കിലും അവന്റെ തണ്ടൊന്നു കുറയണമെന്നുമുണ്ട്. പോലീ സിനെയും കൊണ്ടുവന്നവൻ ഇവിടെ വന്നൊന്ന് വാതുറക്കട്ടെ. അപ്പോൾ നോക്കാം.

നാട്ടിൽ ഉള്ളത് എല്ലാവർക്കും വേണ്ടതാണെന്ന് അവനും തോന്നട്ടെ. എല്ലാം എന്റേതെന്ന് പറഞ്ഞ് വെട്ടിപ്പിടിച്ചാൽ എങ്ങനെ നേരെയാകും? പോരാത്തതിന് അവന്റെ നുണകൾ.

ഞായറാഴ്ച രാവിലെ കറവ കഴിഞ്ഞ് വരുമ്പോൾ മുറ്റത്ത് അവനെയും മെമ്പറെയും കണ്ടപ്പോൾത്തന്നെ കാര്യം പിടികിട്ടി. വെള്ളമില്ലെന്ന പരാതി അവിടെ വരെ ചെന്നിരിക്കുന്നു. മുറ്റത്തെ മരത്തണലിൽ നിന്നുകൊണ്ട് തന്നെ മെമ്പർ വിഷയമെടുത്തിട്ടു. വെള്ളത്തിന്റെ കാര്യമല്ലേ. രണ്ടു മാസത്തെ പ്രശ്നം. അടുത്തെങ്ങും വെള്ളമുള്ള വേറെ കിണറില്ല. അതു കൊണ്ട് അവന് വെള്ളം കൊടുക്കണം.

പള്ളിയിൽ അച്ചന്റെ മുന്നിലോ പള്ളിക്കൂടത്തിലോ ഒക്കെ നിൽക്കുന്നതുപോലെ കൈ രണ്ടും മുന്നിൽ പിണച്ച് വെച്ച് അവൻ തലകുമ്പിട്ട് നിന്നതേയുള്ളൂ. ഒരക്ഷരം മിണ്ടിയില്ല. മിണ്ടിയതൊക്കെ മെമ്പറാണ്. അവന് മിണ്ടാനൊക്കില്ലല്ലോ. എന്നാലും പോലീസിനെക്കൂട്ടി വന്ന അഹങ്കാരമൊന്നും അവന്റെ മുഖത്തില്ല. അന്നു തിരിച്ചുപോയപ്പോഴുള്ള ചമ്മൽ ഉണ്ടുതാനും. വെള്ളം കൊടുക്കില്ലെന്നൊന്നും ആരും പറഞ്ഞിട്ടില്ലല്ലോ എന്നുപറഞ്ഞത് കേട്ടപ്പോഴും അവൻ തല പൊക്കിയില്ല.

അവസാനം മെമ്പർ തീർപ്പാക്കി. രണ്ടു മാസത്തേക്ക് വെള്ളമവന് കൊടുക്കണം. പകരം കറന്റ് ചാർജ്ജ് അവൻ അടയ്ക്കും. ആരും സമ്മതിച്ചെന്നോ ഇല്ലെന്നോ പറഞ്ഞില്ലെങ്കിലും ആ സഭയങ്ങ് പിരിഞ്ഞു.

തൊട്ടുപുറകെ അവനും അവളും മക്കളേയും കൂട്ടി വന്ന് വീട്ടിലുള്ള പാത്രങ്ങളിൽ മുഴുവൻ വെള്ളം നിറച്ച് ചുമന്നുകൊണ്ട് പോയി. കൂട്ടത്തിൽ അവന്റെ അപ്പനും ചേരാതിരുന്നത് നൂറുവയസ്സായതുകൊണ്ടു മാത്രമാവും. വെള്ളത്തിനുള്ള അവളുടെ ആർത്തി കണ്ടപ്പോൾ കിണർ ഒന്നാകെ എടുത്തോണ്ടുപോകുമെന്ന് തോന്നിപ്പോയി.

പാലിനു വിലകൂട്ടിക്കിട്ടാനുള്ള സമരപരിപാടിയായിരുന്നു പിറ്റേന്ന്. കറന്നെടുത്ത പാൽ ആളുകൾ ആർ.ഐ.പി. കനാലിലേക്ക് ഒഴുക്കി വിട്ടു. വെള്ളത്തിനു പകരം കനാലിലൂടെ പാൽ ഒഴുകിവന്ന് പണിമുടങ്ങിക്കിടക്കുന്നിടത്ത് തടഞ്ഞ് നിൽക്കുമോ എന്നൊന്നും നോക്കാൻ പോയില്ല. എന്നും രാവിലെ ചെയ്യുന്ന പണിയുടെ ഫലം ഇങ്ങനെയാവുന്നതു കാണാൻ പറ്റില്ല. മെമ്പർ തിരഞ്ഞെടുപ്പിനു നിന്നപ്പോൾ തേനും പാലും ഒഴുക്കുമെന്ന് പറഞ്ഞ് ചിലർ കളിയാക്കിയത് ഇങ്ങനെ വരുമെന്നും വിചാരിച്ചില്ല.

എല്ലാം കരിച്ചുണക്കിക്കൊണ്ട് രണ്ടുമാസം അങ്ങനെ പോയി. മഴക്കാലം വന്നതോടെ അവന്റെ വീട്ടുകാരുടെ വെള്ളം കൊണ്ടുപോകലും നിന്നു. അത്രയും ദിവസം ഒന്നും മിണ്ടാറില്ലെങ്കിലും അവന്റെ മുഖത്തൊരു കണ്ട ഭാവം ഉണ്ടായിരുന്നു. മഴപെയ്തതോടെ അവന്റെ മുഖം പഴയതുപോലെയായി. മരംവെട്ടൊന്നുമില്ലെങ്കിലും മുഖം കനപ്പിച്ച് അവൻ വൈകുന്നേരം ഷോപ്പിലേക്കുപോകും.

എല്ലാം ജയിച്ചെന്ന ഭാവമാണവന്. ഇനി വരുന്ന വേനൽ ഇതിലും കടുത്തതാണെങ്കിലോ എന്നു പോലും അവൻ ചിന്തിക്കുന്നില്ല. അവന് അപ്പപ്പോഴത്തെ കാര്യമേയുള്ളു. ആരെ മറിച്ചിട്ടിട്ടായാലും അവന് വെള്ളവും വിറകും തിന്നാനുള്ളതുമൊക്കെ കൂട്ടിക്കൂട്ടിവയ്ക്കണം. മറ്റുള്ളവർ എവിടെപ്പോയി തുലഞ്ഞാലും അവനൊന്നുമില്ല. എന്തു നുണപറഞ്ഞും കാശുണ്ടാക്കണം. അവനെ പറഞ്ഞിട്ടു കാര്യമില്ല. എല്ലാവരും തന്നെ അങ്ങനെ ആയിപ്പോയല്ലോ.

മഴയൊന്നൊതുങ്ങിയപ്പോൾ പിന്നെയും കോടാലിയും വടവുമായി അവനിറങ്ങി. മഴ ശരിക്കും മാറിയാൽ നീലടാർപ്പായ വീടിനു മുകളിൽ നിന്നും എടുത്തുമാറ്റണം. അല്ലെങ്കിൽ അടുത്ത വേനലിൽ അത് ഉരുകിപ്പോവുമെന്ന് പേടിതോന്നി. ഇനി എന്തൊക്കെയാണാവൊ വരാനിരിക്കുന്നത്.

അന്നേരമാണ് മരച്ചില്ലകളെ മുഴുവൻ വിറപ്പിച്ചുകൊണ്ട് ഒരു ഭ്രാന്തൻ കാറ്റു വന്നത്. കൊമ്പുകൾ അടരുന്ന ഒച്ച. ഒന്നും മനസ്സിലാകുന്നില്ല. രണ്ടാമത്തെ അയൽക്കാരൻ നടന്നുപോയ ഇടവഴിയിലേക്ക് നോക്കി. കാഴ്ചയെത്തുന്ന അകലം വരെ മരക്കൊമ്പുകൾ ആടിത്തുള്ളുന്നു. അവൻ എവിടെവരെയെത്തിയോ ആവോ. ഞങ്ങളുടെ കരയുടെ അവകാശം മിന്നൽ വേഗത്തിൽ കാറ്റ് ഏറ്റെടുക്കുകയാണ്. എവിടെയൊക്കെയൊ മരങ്ങൾ മറിഞ്ഞുവീഴുന്നു. വീടിന്റെ ഓടുകളും ടാർപ്പോളിനും താഴേക്ക് തെന്നി വീഴുന്നു.

തീർത്തും ദ്രവിച്ചുപോയ ചില തൊഴുത്തുകളെപ്പറ്റി ഓർത്തപ്പോൾ ഉള്ള് കിടുങ്ങിപ്പോയി. പരിചയമുള്ള പശുക്കളുടെ അമറൽ കേൾക്കുന്നുണ്ടോയെന്ന് ചെവിയോർത്ത് മുറ്റത്ത് നിൽക്കുമ്പോൾ അടുത്ത കാറ്റും ഇരമ്പിത്തുടങ്ങി. ■

ക്ലോക്ക് ടവർ

ഫോക്സ് കോൺ

എൽ.സി.ഡി.സ്ക്രീനിലെ തീനിറമാർന്ന അക്ഷരങ്ങളിൽ നിന്നും ഉണ്ണി പ്രവൃത്തി ദിവസത്തിന്റെ അവസാനത്തിലേക്കെത്തി. കറുത്ത വാച്ച് ഡയലിന്റെ ചെറിയ സൂചികളിൽ സമയമെന്തായെന്നറിയാൻ അയാളുടെ ദൃഷ്ടി ആയാസപ്പെട്ടു. 12.05. ഒരു പ്രവൃത്തി ദിവസം തീരുന്നില്ലെന്നും അടുത്ത നാളിലേക്ക് അത് തുടരുക്കയാണെന്നും സമുദ്രംപോലെ അഗാധമായി കിടക്കുന്ന രണ്ടുപ്രവൃത്തി ദിവസങ്ങൾ ഇപ്പോൾ കൂട്ടിമുട്ടുകയാണെന്നും അടിവയർ കടഞ്ഞുവരുന്ന ഒരുവേദനയോടൊപ്പം അയാൾ തിരിച്ചറിഞ്ഞു. ചുവന്ന ഓഫീസ് പരവതാനിയിൽ തൊട്ടും തൊടാതെയും ഇഴഞ്ഞ കാൽവയ്പ്പുകൾ വാതിൽക്കലേക്ക് നീളുമ്പോൾ താനും ചാന്ദ്രയാത്രികരെപ്പോലെ ഭാരരഹിതനാണെന്ന് അയാൾ വിചാരിച്ചു.

സിഗ്നൽ വിളക്കുകൾ കൺമിഴിച്ച റോഡിലൂടെ കാറ്റിൽ ഉറക്കം കീഴടക്കാതിരിക്കാൻ പണിപ്പെട്ട് അയാൾ കാറോടിച്ചു. വൃന്ദാവൻ കോളനിയിലെ 14–ാം നമ്പർ വീടിനു മുന്നിൽ ഉണ്ണിയുടെ കാർ എത്തിയ അതേ സമയത്തു തന്നെ സുമയുടെ ഓഫീസ് ബസ് അവിടെയെത്തി. അയാളെക്കണ്ട് കൈയിൽ സൂക്ഷിച്ചിരുന്ന താക്കോൽക്കൂട്ടം അവൾ ബാഗിലേക്കുതന്നെ ഇട്ടു. ഉണ്ണിയുടെ കൈയിലെ താക്കോൽവാങ്ങി അവൾ ഗേറ്റും തുടർന്ന് വീടും തുറന്നു. ധൃതിപ്പെട്ട് കുളിച്ച് ഡൈനിങ്ങ് ടേബിളിലേക്ക് അവരെത്തുമ്പോഴേക്കും ക്ലോക്ക് പാതിരാക്കോഴിയുടെ സ്വരത്തിൽ സമയമറിയിച്ചു. 1 മണി. അവർക്കൊന്നും കഴിക്കാൻ തോന്നിയില്ല.

കിടക്കയിൽ കാൽക്കലേക്ക് പുതപ്പ് വലിച്ചിട്ട് പരസ്പരം നെറ്റിയിൽ ചുംബിച്ച് ആർദ്രമായൊരു നോട്ടം കൈമാറി അവർ ഇരുവശങ്ങളിലേക്കും ചരിഞ്ഞു.

അഞ്ചുമണിക്കൂറിന്റെ അതൃപ്തികൾ നിറഞ്ഞ ഉറക്കം അവസാനിപ്പിച്ച് അയാൾ അടുക്കളയിലെത്തുമ്പോൾ സുമ പാചകത്തിൽ മുഴുകിക്കഴിഞ്ഞിരുന്നു. സ്റ്റൗവിനും മിക്സിക്കുമിടയിലെ ഭിത്തിയിൽ ഇളം പച്ചനിറമുള്ള ഒരു പേപ്പർ കഷണം പതിച്ചിരിക്കുന്നതുകണ്ട് അയാൾ അതിനോടടുത്തു ചെന്നു. അതിൽ എഴുതിയിരിക്കുന്നതത്രയും അയാൾ വായിച്ചെടുത്തു.

വേക് അപ് : 6.00

ബാത്ത് റൂം : 6.05

കുക്കിംഗ് : 6.10

ബ്രഷിംഗ് : 6.50

ബാത്ത് : 6.55

പ്രയർ : 7.10

ഡ്രസിങ് : 7.15

ബ്രേക്ക് ഫാസ്റ്റ് : 7.30

ഓഫീസ് : 7.40

സ്കൂൾകുട്ടികളുടേതുപോലുള്ള ടൈംടേബിൾ കണ്ട് ഉണ്ണിക്ക് ചിരി വന്നില്ല. അയാൾ ആശ്ചര്യത്തോടെ സുമയെനോക്കി. നീ എന്തിനിങ്ങനെ എഴുതിവയ്ക്കുന്നു എന്നും ഇതൊക്കെ ചെയ്താൽപ്പോരേയെന്നും അയാൾ തിരക്കി. പണിത്തിരക്കുകൾക്കിടയിൽ ക്ഷീണിച്ച സ്വരത്തിൽ സുമ പറഞ്ഞത് അവൾക്ക് അവളെത്തന്നെ വിശ്വാസമില്ലാതായിരിക്കുന്നുവെന്നും ചെയ്യേണ്ടത് ഓർമ്മിച്ചെടുക്കാൻ അവൾക്ക് ചിലപ്പോൾ കഴിയുന്നില്ലെന്നുമാണ്. അതുകേട്ട് അയാൾ ചെറുതായൊന്ന് ഞെട്ടി.

അന്ന് അവളുടെ ഓഫീസ് ബസ് വന്നില്ല. അയാൾ വീട്പൂട്ടി ഇറങ്ങുമ്പോൾ അവൾ ഗേറ്റിനരികിൽത്തന്നെ നിൽക്കുന്നുണ്ടായിരുന്നു. സെൽഫോൺ ചെവിയിൽ നിന്നെടുത്ത് കാർ വേഗം സ്റ്റാർട്ട് ചെയ്യാനും അവരുടെ ബസ് കേടായെന്നും അവൾ പറഞ്ഞു. മറ്റാരോ നിശ്ചയിച്ചു വച്ചതുപോലെ അയാളുടെ കാർ സ്റ്റാർട്ടായില്ല.

ഓട്ടോറിക്ഷകളും കാണാതെ ബസ്സ്റ്റാൻഡിലേക്കുള്ള ചെറുതല്ലാത്ത ദൂരം നടന്നുപോകാനവർ തീരുമാനിച്ചു. കാർ കേടായെന്ന് നടത്തത്തിനിടെ ഓഫീസിലേക്ക് അയാൾ വിളിച്ചു പറഞ്ഞു. നാം സംസാരിക്കണമെന്നും ഇത്തിരി ദൂരം ഒരുമിച്ച് നടക്കണമെന്നും ആരോ തീരുമാനിച്ചിട്ടുണ്ടെന്നു പറഞ്ഞ് അയാൾ അവൾക്കൊപ്പം നടന്നു. വാസ്തവത്തിൽ അവർ അത്രയേറെ സ്നേഹിക്കുകയും ഒട്ടേറെ സമയം സംസാരിച്ചിരിക്കാൻ ആഗ്രഹിക്കുകയും ചെയ്തിരുന്നു.

നടത്തത്തിനിടയിൽ ഒരു കെട്ടിടത്തിന്റെ രണ്ടാം നിലയിൽ പ്രവർത്തിക്കുന്ന ഹെൽത്ത് ക്ലബ്ബിലേക്ക് അവൾ നോക്കി. ഷട്ടറുകൾ ഉയർത്തിവെച്ച ഹെൽത്ത് ക്ലബ്ബിന്റെ ഗ്ലാസ് ഭിത്തികളിലൂടെ അകത്ത് ശരീരം മികച്ചതാക്കാൻ പണിപ്പെടുന്നവരെ അവൾ കണ്ടു. അതിനടുത്തുള്ള വനിതകളുടെ ബ്യൂട്ടി പാർലറിലായിരുന്നു അപ്പോൾ ഉണ്ണിയുടെ ശ്രദ്ധ. നീ ഹെൽത്ത് ക്ലബ്ബ് ഉപേക്ഷിച്ചിട്ട് എത്രനാളായി എന്ന അവളുടെ വിസ്മയത്തെ, നീ ബ്യൂട്ടിപാർലർ ഉപേക്ഷിച്ച അത്രതന്നെ നാളായി എന്ന മറുപടിയോടെ അയാൾ നേരിട്ടു. ശരീരങ്ങളുടെ ആഘോഷം വളരെപ്പെട്ടെന്ന്

അവസാനിച്ചുവോ എന്ന അവളുടെ ചോദ്യത്തിന് സ്വന്തം ശരീരത്തെ ഇങ്ങനെ പരിചരിക്കുന്നവരെ കാണുമ്പോൾ ഇപ്പോൾ ചിരി വരുന്നുവെന്ന് ഹെൽത്ത് ക്ലബ്ബിലേക്ക് നോക്കി അയാൾ പ്രതികരിച്ചു. നമ്മുടെ യൗവനം വളരെ ഹ്രസ്വമായിരുന്നുവെന്ന് അയാൾ ഗദ്ഗദപ്പെടുന്നതിനിടെ ബസ് സ്റ്റാൻഡിലെത്തി.

ബസിലിരുന്ന് പന്ത്രണ്ടോ പതിനാലോ മണിക്കൂർ നീളുന്ന ഓഫീസ് ജോലിയെപ്പറ്റി അവർ സംസാരിച്ചു. തീർച്ചയായും അവരുടെ സ്ഥാപനങ്ങളുടെ ലാഭം വളരെ വലിയ വളർച്ചാനിരക്കുകൾ കാണിച്ചിരുന്നു. വ്യക്തികളുടെ സ്വകാര്യ നഷ്ടങ്ങളാണ് കമ്പനികളുടെ പരസ്യലാഭങ്ങളാകുന്നതെന്ന് അയാൾക്കു തോന്നി. മഴ കനക്കുന്നതുകണ്ട് ഗ്ലാസുകൾ ചേർത്തടക്കുമ്പോൾ വ്യക്തിയുടെ സ്വകാര്യജീവിതമില്ലാതാവുന്നൊരു സമൂഹത്തിൽ കമ്പനിയുടെ ഉത്പന്നങ്ങൾ ക്രമേണ അപ്രത്യക്ഷമാകുമെന്ന് അയാൾ കരുതി.

എൽ.സി.ഡി. സ്ക്രീനിൽ മിന്നിമറയുന്ന അക്ഷരങ്ങൾ കണ്ടുകണ്ട് ഒരു പച്ചപ്പിന്റെ തുരുത്തുകാണാൻ അയാൾ ഓഫീസ് ജനാലയിലൂടെ പുറത്തേക്കു നോക്കി. കെട്ടിടങ്ങളുടെ അഹന്ത മുറ്റിയ തലയെടുപ്പുകൾ എല്ലാ പച്ചപ്പുകളേയും കൊന്നൊടുക്കിയിരുന്നു. കൊതുകുകളും വിഷപ്പുകയും നിറച്ച ഒരു സമാഹാരത്തിലെ ഏടുകളായി ഉയരമേറിയ കെട്ടിടങ്ങളുടെ നിര നീണ്ടുകിടന്നു.

വേണ്ടത്ര സമയമെടുത്ത് വേവിക്കാത്ത സുമയുടെ ഭക്ഷണം ഉച്ചയ്ക്ക യാൾ വളരെക്കുറച്ചു മാത്രമാണ് കഴിച്ചത്.

രാത്രി സുമയ്ക്ക് വീടെത്താൻ കമ്പനി ബസ് നന്നാക്കിയിരുന്നു. ഓട്ടോ പിടിച്ച് വീടെത്തുമ്പോൾ ഗേറ്റുപൂട്ടാതിരുന്ന്, വർക്ഷോപ്പിൽ വിളിച്ചു പറഞ്ഞ്, കാർ നന്നാക്കാൻ എടുപ്പിക്കാത്തതിൽ അയാൾക്ക് കുറ്റബോധം തോന്നി. പിറ്റേന്ന് ടൗണിലേക്ക് നടക്കേണ്ടി വരുമോ എന്ന വിചാരത്തിൽ അയാൾക്ക് ഉറക്കം വന്നില്ല. ഉറങ്ങാതെ വളരെനേരം കിടക്കുന്നതിനിടയിൽ സുമ നിശാവസ്ത്രത്തിന്റെ കുടുക്കുകൾ ഇട്ടിരുന്നില്ല എന്നയാൾ ശ്രദ്ധിച്ചു. അയാൾക്ക് കടുത്ത മടുപ്പും നിരാശയും തോന്നി. പഴങ്ങൾ മുറിക്കാൻ വച്ചിരുന്ന കത്തിയെടുത്ത് അവളുടെ കഴുത്തിനുപിന്നിൽ കുത്തിയിറക്കി നെഞ്ചിൻകൂടു കഴിയുന്നതുവരെ താഴേക്ക് പിളർക്കണമെന്ന് അയാൾക്ക് തോന്നി. പൂർവ്വ നിശ്ചിതമല്ലാത്ത ഒരു അസാസിനേഷൻ. അതേ കത്തി വലിച്ചൂരി അവളുടെ ശരീരത്തിന്റെ പിൻഭാഗത്ത് മുറിച്ചു നിർത്തിയ ഇടം കണക്കാക്കി തന്റെ ശരീരത്തിന്റെ മുൻവശത്ത് വയറിലൂടെ താഴേക്ക് കീറി മുറിക്കണം. പെട്ടെന്നുള്ളൊരു ഹരാകിരി. അവർ അത്രമേൽ സ്നേഹിച്ചിരുന്നതിനാൽ എല്ലാം ഒന്നിച്ചവസാനിപ്പിക്കണമെന്ന് ഉണ്ണിയുടെ തലയിൽ കടന്നലുകൾ മൂളാൻ തുടങ്ങിയപ്പോൾ അയാളുടെ ചെവിയിലേക്ക് അയൽവീടിന്റെ തുറന്ന ജനാലയിലൂടെ ശബ്ദം ഒഴുകി വന്നു.

അവ്യാദ ജോങ്ഘ്രി മണിമാംസ്തവ
ജാന്വഥോരു
യജ്ഞോച്യുതഃ കടിതടം ജഠരം ഹയാസ്യഃ
ഹൃത്കേശവസ്ത്വദുര ഈശ ഇനസ്തുകണ്ഠം
വിഷ്ണുർഭുജം മുഖമുരുക്രമ ഈശ്വരഃ കം

അയൽക്കാരി മക്കളുടെ നന്മക്കായി പ്രാർത്ഥിക്കുകയാണ്.

കുഞ്ഞുടുപ്പുകളുടേയും കളിപ്പാട്ടങ്ങളുടേയും ഒരു ലോകം തന്റെ വീട്ടിൽ എന്നെങ്കിലും ഉണ്ടാകുമോ എന്നയാൾ സ്വയം ചോദിച്ചു.

അയാൾ സാവധാനം സുമയുടെ തോളിൽ തട്ടി, സമയം ആറായി എന്നുപറഞ്ഞു. അവൾ കിടക്കയിൽ തിരിഞ്ഞു കിടന്നു. അയാൾ ബഡ്റൂം ലാംപ് കെടുത്തി മുറിയിലെ രാജസ്ഥാനി ലൈറ്റിട്ടു. ലൈറ്റിന്റെ കണ്ണീർ തുള്ളികളെ ഓർമ്മിപ്പിക്കുന്ന ചില്ല് അലുക്കുകളിൽ വെളിച്ചം നിറഞ്ഞു. ലൈറ്റ് നിലവിളിക്കുകയാണെന്ന് ഉണ്ണിക്കു തോന്നി.

സുമ കിടക്കയിൽ നിന്നെഴുന്നേൽക്കാതെ തന്നെ ശബ്ദം താഴ്ത്തി സംസാരിച്ചു. ജീവിതം ഒരു വലിയ മഞ്ഞുമലയാണെന്നും എപ്പോഴും താന തിന്റെ ചുവട്ടിൽ മാത്രമാണ് നിൽക്കുന്നതെന്നും ഒരിക്കലും ഒരു പർവതാ രോഹണം നടക്കുന്നില്ലെന്നും അവൾ പറഞ്ഞു. നമ്മൾ ജീവിക്കാൻ വേണ്ടി ജോലി ചെയ്യുകയല്ല. ഈ ജീവിതം നമ്മുടേതല്ലെന്ന് പറഞ്ഞ് അവൾ കിട ക്കവിട്ടെഴുന്നേറ്റു.

അയാൾക്കവളെ ആശ്വസിപ്പിക്കണമെന്നുണ്ടായിരുന്നു. എങ്കിലും അർഥ വത്തായതൊന്നും പറയാൻ അയാൾക്കറിയില്ലായിരുന്നു. മുൻപൊക്കെ വിഷയം മാറ്റാനായി നമുക്കൊരിക്കൽ ബിമൽമിത്രയുടെ സിലിഗുരിയിൽ പോകണമെന്നോ ലോത്തലിലെ ഹാരപ്പൻ സെറ്റിൽമെന്റിൽ പോകണ മെന്നോ അയാൾ പറയാറുണ്ടായിരുന്നു. നടക്കാത്ത ഒരായിരം കാര്യ ങ്ങൾക്കിടയിലേക്ക് അത്തരം പറച്ചിലുകൾ കടന്നുചെന്നപ്പോൾ അയാൾ വിഷയം മാറ്റലുകൾ ഉപേക്ഷിച്ചു.

ഞായറാഴ്ചയുടെ അനുവദനീയമായ ആലസ്യത്തിലായിരുന്നു അയാൾ. അന്നേരമാണ് മൊബൈലിൽ വയലിൻ നിറഞ്ഞത്. ഓഫീസിൽ നിന്നാണ്. ഉടൻ എത്തണം. ഒഴിവാകാൻ അവകാശമില്ല. പുതിയ തൊഴിൽ നിയമങ്ങൾ അങ്ങനെയാണ്. സംവാദങ്ങൾക്കുള്ള ഇടമില്ലാതെ ഒരു തല യ്ക്കൽ നിർദ്ദേശങ്ങളും മറുതലക്കൽ അനുസരിക്കലും മാത്രം.

ഉണ്ണി പോകാനൊരുങ്ങുന്നതിന്റെ ബഹളങ്ങളിലേക്കാണ് സുമ ഉണർ ന്നത്. ആദ്യം അവൾ കൺമിഴിച്ചു. നഗരത്തിൽ എത്തിയ ആദ്യ ആഴ്ച യുടെ ഓർമ്മ പുതുക്കാൻ മാസങ്ങൾക്കുശേഷം അന്നൊരു സിനിമ കാണണ മെന്ന് അവർ തീരുമാനിച്ചിരുന്നു. സ്ക്രീനിൽ നോക്കിയിരിക്കുമ്പോൾ കപ്പ ലണ്ടി പാക്കറ്റിനും വായ്ക്കുമിടയിൽ കൈ സ്തംഭിക്കുന്നതും ഇടവേള യിലെ ചൂടുകാപ്പിയും ശബ്ദങ്ങളുടെ പൂർണ്ണതയും വന്നിരിക്കുമ്പോഴുള്ള

കാണികളുടെ ഔപചാരികതയെ അലിയിച്ചു കളയുന്ന ദൃശ്യങ്ങളുടെ പൊലിമയുമൊക്കെ അവളുടെ മനസ്സിലുണ്ടായിരുന്നു.

അതൊക്കെ അവസാനിച്ചിരിക്കുന്നുവെന്നും അയാൾ പുറപ്പെടുകയായി എന്നും അവൾക്കു മനസ്സിലായി. ഭക്ഷണമൊന്നുമുണ്ടാക്കിയില്ലല്ലോ എന്ന അവളുടെ ആശങ്ക അയാൾ കേട്ടതായി ഭാവിച്ചില്ല.

കഴിഞ്ഞ ഞായറാഴ്ച അവളുടെ മൊബൈലിലെ വിരഹാർദ്രമായ ഹിന്ദിഗാനമാണ് അവരുടെ വീട്ടിൽ രാവിലെ മുഴങ്ങിയത്. അന്ന് അയാളെ തടവിനു വിട്ട് അവളാണ് ഓഫീസിലേക്ക് ഓടിയത്. പുറപ്പെടും മുൻപ് മുടി ചീകുന്നതിനിടയിൽ, കാര്യങ്ങൾ പൊരുത്തപ്പെടുത്തിക്കൊണ്ടു പോകാൻ തനിക്കൊട്ടും പറ്റാതായിരിക്കുന്നു എന്നവൾ പറഞ്ഞിരുന്നു. കണ്ണാടിയിൽ അയാളുടെ വളരെ ദൂരത്തുനിന്നുള്ള പ്രതിബിംബമാണ് പതിഞ്ഞിരുന്നത് എന്നതിനാൽ ഉണ്ണിയുടെ കണ്ണിൽ ഉറവ പൊട്ടിയത് അവൾ കണ്ടില്ല.

അവൾക്ക് അടുക്കളയിൽ കയറാൻ തോന്നിയില്ല. ഒറ്റക്കുവെച്ചുണ്ടാക്കുന്നതിന്റേയും കഴിക്കുന്നതിന്റേയും മടുപ്പിനെ നീണ്ടൊരു ഉറക്കം കൊണ്ടു പൊതിയാൻ അവൾ ശ്രമിച്ചു. അസാധാരണമാംവിധം അന്നവൾക്ക് ഉറക്കം വന്നില്ല.

രാത്രി ഓഫീസുവിട്ട് വീട്ടിലെത്തി ഉണ്ണി പലതവണ കോളിങ്ബെൽ നീട്ടിയടിച്ചുവെങ്കിലും വാതിൽ തുറക്കപ്പെട്ടില്ല. ഹാൻഡിൽ പിടിച്ചു തള്ളിയപ്പോൾ വാതിൽ പൂട്ടിയിരിക്കുകയാണെന്ന് അയാൾ അറിഞ്ഞു. ഷൂസിനുള്ളിൽ തിങ്ങിയിരുന്ന കാലിലിലെ പെരുവിരലിൽ നിന്നും ഒരു തരിപ്പ് അയാളുടെ തലയിലേക്ക് വളരെവേഗം സംക്രമിച്ചു. താക്കോൽ ബാഗിൽ നിന്ന് തപ്പിയെടുക്കുമ്പോൾ അയാൾ വാതിൽ തുറക്കാൻ ഭയപ്പെട്ടു. ഒടുവിൽ മനസ്സിനെ നേരെ നിർത്തി അയാൾ വാതിൽ തുറന്നു. സുമയെ വീട്ടിലൊരിടത്തും കാണാഞ്ഞ് അയാൾ ബെഡ്റൂമിലെ കട്ടിലിലേക്ക് വീണുപോയി. ഉണ്ണി ഫാനിന്റെ സ്വിച്ചിട്ടു. ഫാൻ കറങ്ങുന്നതിനു പകരം പഴയ ടേപ്പ് റെക്കോർഡർ ഓണായപ്പോൾ താൻ സ്വിച്ച് മാറിയിട്ടതാണെന്ന് അയാൾ മനസ്സിലാക്കി.

സാവധാനം സുമയുടെ സ്വരം മുറിയിൽ നിറഞ്ഞു. അയാൾ ചാടി എഴുന്നേറ്റു. പരിഭ്രമിച്ച് നാലുപാടും നോക്കുന്നതിനിടയിൽ ടേപ്പ് റെക്കോർഡറിൽ നിന്നാണ് ആ ശബ്ദമെന്ന് അയാളറിഞ്ഞു.

ഞാൻ പോവുകയാണ്. നിന്നെ ഞാൻ അത്രമേൽ ഇഷ്ടപ്പെടുന്നു. എങ്കിലും നമ്മൾ ഒരുമിച്ചു ജീവിക്കുന്നതിൽ യാതൊരർത്ഥവുമില്ല. സഹവാസത്തിന്റേതായ ഒന്നും നമുക്കിടയിലില്ല. എനിക്ക് ശ്വാസം തടസ്സപ്പെടുന്നതുപോലെ തോന്നുന്നു. ജീവിതം കയറിപ്പറ്റാൻ വിഷമമുള്ള ഒരു പർവതമാണ്. എന്നെത്തേടി നീ പോലീസ്സ്റ്റേഷനിൽ പരാതിയോ പത്രത്തിൽ പരസ്യമോ കൊടുക്കേണ്ടതില്ല. ഞാൻ സ്വയം തീർത്തുകളയുമെന്ന് നീ പേടിക്കുകയും വേണ്ട.

പെട്ടെന്ന് വൈദ്യുതി നിലച്ചു. സുമയുടെ ഗന്ധമുള്ള മുറിയിൽ അയാൾ നിശ്ചേഷ്ടനായി. വീണ്ടും കറന്റ് വന്നപ്പോൾ ടേപ്പ് റെക്കോർഡർ തനിയെ ഓണായി.

എപ്പോഴെങ്കിലും നിന്നോടൊപ്പം കഴിയാൻ പ്രാപ്തയായാൽ ഞാൻ തിരിച്ചു വരും.

ഉണ്ണി കട്ടിലിൽ തളർന്നു കിടന്നു. ടേപ്പ് റെക്കോർഡർ ഓൺചെയ്യണമെന്ന സുമയുടെ കുറിപ്പ് കട്ടിലിൽ കിടക്കുന്നത് അപ്പോഴാണ് അയാൾ കണ്ടത്. മെത്തയുടെ ശൂന്യമായ മറുപകുതിയും നിശ്ശബ്ദമായ അടുക്കളയും സുമയുടെ നനുത്ത കാൽപെരുമാറ്റവുമില്ലാത്ത മുറികളും അയാളെ വല്ലാതാക്കി. വിവാഹം നടക്കുമ്പോൾ അവൾക്ക് അടുത്ത ബന്ധുവായി അച്ഛൻ മാത്രമാണുണ്ടായിരുന്നതെന്നും, ആറുമാസത്തിനുശേഷം അച്ഛൻ മരിച്ചപ്പോൾ എനിക്കിനി ആരുമില്ലെന്ന നിലവിളി അവൾ ഉയർത്താതിരുന്നിട്ടുകൂടി തന്റെയുള്ളിൽ ആ വിലാപം നിറഞ്ഞതും അയാളോർമിച്ചു. അവൾ എവിടെപ്പോയി എന്ന ഒറ്റചോദ്യത്തിന്റെ ധ്യാനമുനയിൽ അയാൾ വിയർത്തു.

പത്രപ്പരസ്യം നൽകാനാവാതെ, പോലീസിൽ പരാതിപ്പെടാനാവാതെ നഗരത്തിലൂടെ വണ്ടിയോടിക്കുമ്പോൾ അവളുടെ സാന്നിധ്യം ഒരിക്കലെങ്കിലുമുണ്ടായിട്ടുള്ള ഇടങ്ങളൊക്കെ അയാളെ വിഷമിപ്പിച്ചു. ജലസാമീപ്യമുള്ള ഒരു പാർക്ക്, ചില്ലുകൾക്കപ്പുറം ഉയരുന്ന സുതാര്യമായ ലിഫ്റ്റുള്ള വസ്ത്രശാല, വിമാനം സ്പർശിക്കുമെന്ന് സംശയിച്ചുപോകുന്നത്ര ഉയരത്തിലെ ടെറസ്സിൽ ഡൈനിങ്ങ് ഹാളുള്ള ഹോട്ടൽ, നിരവധി തവണ പരിശോധനകൾക്കായി കയറിയിറങ്ങിയിട്ടുള്ള ഗൈനക്കോളജി ക്ലിനിക്. കഴിഞ്ഞു തിരക്കുകൾ വിഴുങ്ങിക്കളഞ്ഞ അവരുടെ കുടുംബജീവിതത്തിന് വിശാലമായ നഗരത്തിലെ ഇത്തിരി ഇടങ്ങളിൽ മാത്രമേ സ്മാരകങ്ങളുള്ളു.

ഹെൽത്ത് ക്ലബ്ബുകളും ബ്യൂട്ടിപാർലറുകളും തുറന്നിരിക്കുന്ന തെരുവുകളിലൂടെ നിരർഥകമായി അയാൾ കാറോടിച്ചു. എവിടെയെങ്കിലും ഒരു മിന്നലായി അവൾ പ്രത്യക്ഷപ്പെടുമെന്ന് കാരണങ്ങളേതുമില്ലാതെ അയാൾ വിശ്വസിച്ചു. ഏകാന്തത വരിഞ്ഞു മുറുക്കിയ വീട്ടിലും തിരക്കേറിയ ഓഫീസിലും മടുപ്പുമുറ്റിയ ഭക്ഷണശാലകളിലും അയാൾ കിതച്ചു. അവളുടെ വിടവാങ്ങൽ ഭാഷണത്തിൽ നിന്ന് എന്തെങ്കിലും സൂചന കിട്ടുമെന്ന പ്രതീക്ഷയിൽ അയാൾ പലവുരു ടേപ്പ് പ്ലേ ചെയ്തു. എല്ലാ ശ്രമങ്ങളും അർത്ഥമില്ലാത്ത പ്രവൃത്തികളുടെ നിരയിലേക്ക് കൂപ്പുകുത്തി.

നഗരത്തിൽ പുതുതായി തുടങ്ങിയ ഹോട്ടലിന്റെ വർണ്ണവെറി പിടിച്ച മൂലയിൽ വച്ചാണ് അയാൾ സഹപ്രവർത്തകൻ ഉദയനെ കണ്ടത്. അതിർത്തി ഗ്രാമത്തിലെ അയാളുടെ ബന്ധുവീടിനടുത്തുള്ള വീടിന്റെ വരാന്തയിൽ ഉദയൻ സുമയെ കണ്ടു എന്നു പറഞ്ഞതും ഹോട്ടലിന്റെ മൂലയിലെ നിറങ്ങളത്രയും ഉണ്ണിയുടെ ഉള്ളിലേക്ക് തിക്കിക്കയറി. അയാൾ

സ്യൂട്ട്കേസിൽ നിന്ന് കടലാസും പേനയുമെടുത്ത് അങ്ങോട്ടുള്ള വഴി പറഞ്ഞു തരാനാവശ്യപ്പെട്ടപ്പോൾ ഉദയന് അത്ഭുതമായി. താനാവീട്ടിൽ പോയിട്ടില്ലെന്നും സുമ പറഞ്ഞ വഴി മറന്നുപോയെന്നും നുണപറയുമ്പോൾ ശബ്ദം വിശ്വസനീയമാക്കാൻ അയാൾ ശ്രമപ്പെട്ടു. ഉദയന്റെ വിവരണങ്ങൾ നീണ്ടുപോയി.

ധൃതിപ്പെട്ട് യാത്ര പറഞ്ഞ് ഉദയന്റെ ബില്ലുകൂടി കൊടുത്ത് ഉണ്ണി പുറത്തിറങ്ങി. വീട്ടിലേക്ക് കാറോടിക്കുമ്പോൾ തന്റെയുള്ളിൽ നിറയുന്നത് ആഹ്ലാദമാണോ, ആശങ്കയാണോ എന്നയാൾക്ക് തീർപ്പാക്കാനായില്ല. ഈ ഭൂമിയിലൊരിടത്ത് സുമ തുടരുന്നു എന്നത് അയാളിൽ പറഞ്ഞറിയിക്കാനാവാത്ത ആശ്വാസം വളർത്തി. പിറ്റേന്ന് വെളുപ്പിന് ഉദയൻ പറഞ്ഞ വഴിയിലൂടെ, അയാൾ നൽകിയ വിവരണങ്ങളിലൂടെ, ഉണ്ണിയുടെ അന്വേഷണം മുന്നേറി.

ഉച്ചയായപ്പോൾ എ.സി. നിർത്തി അയാൾ കാറിന്റെ ചില്ലുകൾ താഴ്ത്തി വെച്ചു. ഭൂപ്രകൃതിയിൽ മാറ്റങ്ങൾ പ്രകടമായി. തക്കാളി വിളയുന്ന കറുത്ത മണ്ണ്. കൃഷിയിടങ്ങളുടെ വൈവിധ്യം അയാളെ സ്വാധീനിച്ചു തുടങ്ങിയിരുന്നു. പരുത്തിയും മാവും നെല്ലിയും. റേഡിയോ പാടത്തുവെച്ച് പണിയിൽ ശ്രദ്ധിക്കുന്ന സ്ത്രീകൾ. ആമ്പൽക്കുളങ്ങൾ.

തക്കാളി മണ്ണിൽ വീഴാതിരിക്കാനായി വള്ളികൊണ്ട് കെട്ടിവയ്ക്കുന്ന സ്ത്രീകൾ. അയാൾ ഉദയൻ പറഞ്ഞത് ഓർമ്മിച്ചു. ഓരോ തവണയും കൃഷി നഷ്ടത്തിലാണവസാനിക്കുക. എങ്കിലും ഒഴിവാക്കാനാവാത്ത ഒരു വ്യായാമമായി അവരത് ചെയ്യുന്നു. വിളവെടുപ്പുകാലത്ത് തക്കാളി പിടിയാവിലക്കുവിറ്റ് കണ്ണീർ സമ്പാദിച്ച് അവർ മടങ്ങുന്നു. അവർക്ക് ലഭിച്ചിരുന്നതിന്റെ പലമടങ്ങ് വിലകൂട്ടിയാണത് ചന്തയിൽ വിൽക്കപ്പെടുന്നത്.

സുമയുടെ ആരാവും ഈ വിദൂരഗ്രാമത്തിലെ വീട്ടിൽ എന്ന് അയാൾക്ക് ഒരു പിടിയും കിട്ടിയില്ല. അങ്ങനെയൊരു ബന്ധുവിനെപ്പറ്റി അവൾ പറഞ്ഞിട്ടില്ല.

പറയപ്പെടേണ്ടതൊന്നും പറയാൻ കഴിയാത്ത ഒരു ജീവിതമായിരുന്നില്ലേ തങ്ങളുടേതെന്ന് അയാൾ സ്വയം ഉത്തരം കണ്ടെത്തി. തന്നെത്തന്നെയും മറക്കുന്ന ഒരാൾക്ക് മറ്റുള്ളവരുടെ സ്മൃതികൾ ധൂർത്താണ്.

അയാൾ കാർ നിർത്തി പുറത്തിറങ്ങി. കരിങ്കൽക്കാലുകളിലും കോൺക്രീറ്റ് കാലുകളിലും പറമ്പുകളെ പകുക്കുന്ന കമ്പിവേലികൾ. അവയെപ്പോലെ അചേതനമെന്ന് തോന്നിക്കുന്ന ഒരു നിൽപ്പാണ് ഇവിടത്തെ കർഷകർക്ക്. എങ്കിൽപ്പോലും പ്രകൃതിക്കിണങ്ങിയ പച്ചനിറം കാലുകളിലും വേലികളിലും അടിക്കാനുള്ള സൗന്ദര്യബോധം അവർ കാത്തുസൂക്ഷിക്കുന്നു.

സുമ തന്നെ കാണുമ്പോൾ എങ്ങനെ പ്രതികരിക്കും എന്ന വിചാരത്തിൽ അയാൾ നാലുപാടും നോക്കി. പനകളുടെ ഇത്തിരി തണുപ്പിനു താഴെ അനന്തമായ നിശ്ശബ്ദതയെ കീറി മുറിച്ച് ഒരു കർഷകന്റെ വിളി.

അടുത്ത ദിവസത്തെ നിർവചിക്കാനാവാതെ അവിടെയുമിവിടേയും ചടഞ്ഞിരിക്കുന്ന ചിലർ.

ദീനം പിടിപെട്ടതുപോലെ ബോർവെല്ലുകൾ ഇടക്ക് കുറച്ചുവെള്ളം പുറത്തുവിട്ടു. മരണം തിരഞ്ഞെടുക്കാനാവാതെ ചില കുടുംബങ്ങൾ കറുത്ത മൺകൂനക്കുമേൽ കുടിലുകൾ കെട്ടിയിരുന്നു.

ഉദയൻ നൽകിയ വിവരങ്ങളൊക്കെയും വാസ്തവമായി കഴിഞ്ഞിരിക്കുന്നു. സുമയെ കണ്ടെത്താനുള്ള കുറിപ്പ് ഒരു നിധിപോലെ അയാൾ പോക്കറ്റിൽ വച്ചു. ഇനി കുറച്ചു ദൂരമേയുള്ളൂ. അവസാനം നാൽക്കവല. ഇനി കാർ ഇവിടെയിടണം. അയാൾ കടലാസിൽ നിന്ന് വഴി ഒന്നുകൂടി മനസ്സിലാക്കി. കേണിയുടെ ഓരം ചേർന്നുള്ള വരമ്പാണ് ഇനി തിരഞ്ഞെടുക്കേണ്ട വഴി. കരിമ്പും കടലയും കൃഷിചെയ്ത ചില പറമ്പുകൾ. കേണിയിൽ കുറച്ചു വെള്ളമേയുള്ളൂ.

അയാൾക്ക് കേണിയിലെ വെള്ളത്തിന്റ തെളിമയിൽ ആഴ്ന്നു മുങ്ങണമെന്നു തോന്നി. ആകാശത്തിന്റെ അറ്റം വരെ നീളുന്ന വിജനമായ പരപ്പുകളിൽ കാറ്റിന്റെ സാന്നിദ്ധ്യം വേണ്ടുവോളം. നെല്ലിയിലകളുടെ അവശത കടന്ന് കാറ്റ് മാവിലകൾക്കുമേൽ കളി തുടങ്ങി. പ്രസവിക്കാറായ പശുവിനെ നോക്കി ഒരു കാള നിലവിളിച്ചു. അടുത്തുള്ള അമ്പലക്കുളത്തിന്റെ ഓളങ്ങളിൽ വെയിൽ തട്ടിയപ്പോൾ കരയിലെ ഏതോ മരത്തിന്റെ വലിയ ഇലകളിൽ വെയിൽത്തിരകൾ തിളങ്ങി. ഓടിട്ട വീടിന്റെ പാചകമുറിക്കുള്ളിൽ തീ പുകഞ്ഞു. ഓടുകൾക്കിടയിലൂടെ പുക പുറത്തേക്കൊഴുകി. സുമ തിരഞ്ഞെടുത്ത സ്ഥലത്തിന്റെ ശാന്തത അയാളെ പൂർണ്ണമായും കീഴടക്കി. ഇടമുറിയുന്ന ഓർമ്മകളുടേയും കാഴ്ചകളുടേയും സ്രോതസ്സുകളെ കൂട്ടിയിണക്കാൻ അവൾ കണ്ടെത്തിയ ഇടം അയാളിൽ നിറഞ്ഞു. ചെയ്യുന്നതെന്തും പ്രാർത്ഥനയാക്കുന്ന ഇവിടുത്തെ മനുഷ്യരെ അവൾ കണ്ടുകാണണം. മണ്ണ് വരഞ്ഞു കീറുന്നതിന് മുമ്പ് കലപ്പകൾ പ്രാർത്ഥിക്കുന്നത് കാണണമെങ്കിൽ, മണ്ണിൽ എഴുന്നു നിന്ന് വിത്തുകൾ ധ്യാനിക്കുന്നത് കാണണമെങ്കിൽ അപൂർവ്വമായൊരു ഭാഗ്യം വേണമെന്ന് അയാൾക്ക് തോന്നി.

ശരീരത്തിൽ കലകളുള്ള ഒരു പശുക്കുട്ടി മുൻകാലുകൾ മടക്കി മണ്ണിൽ നമസ്കരിക്കുന്നു. അതിനു ഭക്ഷണവും വെള്ളവും നൽകുന്ന മണ്ണിലേക്ക് അത് അലിവോടെ നോക്കി.

തങ്ങൾക്കിഷ്ടമുള്ള ഗ്രാഫുകൾ ആകാശത്ത് സൃഷ്ടിച്ചും അവ പുതുക്കിയും ഒരു പറ്റം പക്ഷികൾ പറന്നുപോയി. അയാൾ വിചാരിച്ചു മുജ്ജന്മത്തിൽ താനൊരു മരം ആയിരുന്നിരിക്കണം. എങ്കിൽ ഏതു മരം? അടിമുടി ക്ഷോഭിച്ച ഒരു മുരിക്ക്, ആകെ പൂത്തുലഞ്ഞ് ആഹ്ലാദത്തിൽ മുങ്ങിയ ഒരു കൊന്ന, അസ്ഥിത്വദുഖം പേറുന്ന ഒരു ചൂളമരം, തീർത്തും അസ്വസ്ഥമായ ഒരു അരയാൽ, അസൂയ നിറഞ്ഞൊരു മുൾച്ചെടി- ഏതായിരുന്നു താൻ?

കുറിപ്പ് നോക്കാതെ നടന്ന് അയാൾക്ക് വഴിതെറ്റി. ജൈവദൃശ്യങ്ങളുടെ അത്തരമൊരു കൺകെട്ട് അയാൾക്കിഷ്ടമായി.

ഇങ്ങനെയൊരിടത്ത് താൻ സ്വയം തീർത്തു കളയില്ലെന്ന വാഗ്ദാനവുമായി സുമയുണ്ട് എന്നത് അയാളെ സമാശ്വസിപ്പിച്ചു. സ്വന്തം കണ്ണുകളെ ചെറുതാക്കിക്കളയുന്ന അവളുടെ അത്ഭുകരമായ ചിരി അന്നേരം അയാൾ ഓർമിച്ചു.

ഉണ്ണിയുടെ മൊബൈലിൽ വയലിൻ സംഗീതം നിറഞ്ഞു. വിളിക്കുന്നതാരെന്നറിയാൻ അയാൾ മെനക്കെട്ടില്ല. നെഞ്ചിൻകൂടിലേക്ക് വലിച്ചു കയറ്റാൻ ആരും കൊതിച്ചുപോകുന്ന ശുദ്ധവായുവിൽ മുഴങ്ങേണ്ടത് ഈ സംഗീതമാണ്.

തക്കാളിക്ക് കെട്ടിയ വള്ളികളുടെ നിര കൂടുതൽ ഇടതൂർന്നതാകുന്നു. അയാൾ വേഗം നടന്നു. ഉണ്ണിയുടെ മൊബൈൽ വീണ്ടും ശബ്ദിച്ചു.ഓഫീസിലെ സുഹൃത്ത്.

'ഏതു നരകത്തിലാണ് നിങ്ങൾ? ഇതെത്രാമത്തെ വിളിയാണെന്നറിയാമോ?'

സ്വർഗ്ഗം കാണാത്തൊരാൾക്ക് എന്തും നരകമായിരിക്കുമെന്ന് അയാൾ കരുതി. സുഹൃത്തിന് നവീകരണ ധ്യാനത്തെപ്പറ്റിയാണ് പറയാനുള്ളത്. നവീകരിക്കുന്ന നിമിഷം തന്നെ പഴയതായിപ്പോവുന്ന മനസ്സിനെ നിലയ്ക്കു നിർത്താതെ അയാൾക്ക് എന്താണ് കണ്ടെത്താനാവുക?

അയാൾ മൊബൈൽ സ്വിച്ച് ഓഫ് ചെയ്തു. കേണിയുടെ ചതുരത്തിൽ ഒരു പയ്യൻ മുങ്ങി നിവരുമ്പോൾ അവന്റെ തലയിൽ അനുഗ്രഹം പോലെ ഓരാമ്പൽമൊട്ട് ചേർന്നിരിക്കുന്നതുകണ്ട് അയാൾ ഇമയടക്കാതെ നോക്കി.

സുമയുടെ പ്രകാശമാനമായ കണ്ണുകൾ അയാളുടെ ഉള്ളിൽ നിറഞ്ഞു. ഉണ്ണിക്ക് അവളെ കാണാൻ തിടുക്കം തോന്നി.

കുറച്ചകലെ എവിടെയോ രണ്ടോ മൂന്നോ സംഗീതോപകരണങ്ങളുടെ സ്വരം ഇടകലരുന്നു. അതിന്റെ പൂർണ്ണത അയാൾ തിരിച്ചറിഞ്ഞു. നഗര സംഗീതത്തിൽ നിരവധി സംഗീതോപകരണങ്ങൾ ഒരുവേദി മുഴുവൻ നിറച്ചാലും എന്തിന്റേയോ കുറവ് പരിപാടി അവതരിപ്പിക്കുന്നവർക്കും കേൾക്കുന്നവർക്കും തോന്നാറുള്ളത് അയാളോർമ്മിച്ചു.

ഗോലിയിട്ട സോഡാക്കുപ്പിയിൽ ഗ്യാസ് നിറക്കുന്ന ഒരാൾ. മീറ്റർ ഘടിപ്പിച്ച സോഡാഗ്യാസുകുറ്റിയിലും കുപ്പിയിലും മാറിമാറി നോക്കി അതിൽ ഗ്യാസു നിറക്കുന്നതുകണ്ട് നഗരത്തിൽ നിന്ന് ഇത്തരം കുപ്പികൾ അപ്രത്യക്ഷമായല്ലോ എന്ന് ഉണ്ണി വിചാരിച്ചു.

അയാൾ ഉദയന്റെ റൂട്ട് മാപ്പിലെ അവസാനത്തെ തിരിവും പിന്നിട്ടു. ഇനി വീട് എത്തുകയായി. നെഞ്ചിലേക്ക് സോഡാക്കുപ്പിയിൽ നിന്നും ഗ്യാസ് പടരുന്നതുപോലെ.

സാക്ഷരതാ കേന്ദ്രത്തിൽ നിന്നു പഠിച്ച ഒരു ഇംഗ്ലീഷ് വാക്കോ തക്കാളിച്ചന്തയെ നേരിടുന്ന ഒരു ചിരിയോ എന്താണിപ്പോൾ വേണ്ട തെന്ന പകപ്പോടെയെന്നോണം ഒരാൾ ഉണ്ണിയെ സൂക്ഷിച്ചു നോക്കിനടന്നു പോയി. ഒരു വേരിൽ തട്ടി ഉണ്ണി വീഴാൻ തുടങ്ങി. കീഴോട്ട് പോകുന്ന വേരുകൾ ജലസന്ധികളുടെ കുടുക്കുകൾ കടന്ന് നിതാന്തമായ അന്വേഷണത്തിലാവും.

അയാൾക്ക് അവളോടൊപ്പമുള്ള ശബളാഭമായ ദിവസങ്ങൾ ഓർമ്മ വന്നു. പൂക്കളുടെ ഗന്ധവും മൃദുഭാഷണങ്ങളും അലസതയുമൊക്കെ ചേർന്ന് അവരുടെ ആദ്യകാലങ്ങളിലെ സുമയെ ഇപ്പോൾ കാണാനാവുമെന്ന് അയാൾ ഉറച്ചുവിശ്വസിച്ചു.

പുറമേനിന്നു വന്ന പരിഷ്കൃതരെന്നു തോന്നിക്കുന്ന ഒരു പെൺകുട്ടിയും മധ്യവയസ്കനും തോട്ടം നോക്കി നില്ക്കുന്നു. പെൺകുട്ടി ഒപ്പമുള്ള ആളോട് തക്കാളിത്തോട്ടങ്ങൾ ചൂണ്ടിക്കാട്ടി അതെന്താണെന്ന് ചോദിച്ചു.

റ്റൊമാറ്റോ ഗാർഡൻസ്.

മറുപടി കേട്ട് അയാൾ ചൂളിപ്പോയി. നമ്മെ തീറ്റിപ്പോറ്റുന്നവരോടുള്ള നമ്മുടെ മനസ്സ് എത്ര കൃത്രിമവും വിരൂപവുമാണെന്ന് അയാൾക്ക് ഓർമ്മയുണ്ടായി. ഇവരുടെ യാതനകൾക്കുമേൽ എന്തു വൃത്തികെട്ട വയർ നിറയ്ക്കലാണ് നമ്മുടേതെന്ന് അയാൾ സ്വയം ചോദിച്ചു. ഒരു കൂട തക്കാളി അയാളുടെ മനസ്സിലേക്ക് മറിഞ്ഞു. ഛിന്നഭിന്നമായ ശരീരഭാഗങ്ങൾ പോലെ അവ ഓർമ്മകളിൽ നിറയുന്നു.

ഒടുവിലതാ ഉദയൻ കണ്ടെത്തിയ പൂമുഖമുള്ള വീട്. സുമ പറയാറുള്ളതുപോലെ നടത്തത്തിൽ ഒരു പർവതാരോഹണത്തിന്റെ ക്ലിഷ്ടത അയാൾക്കനുഭപ്പെട്ടു. മരംകൊണ്ടുള്ള പടിപ്പുര കടന്ന് അയാൾ മുറ്റത്തെത്തി.

പൂമുഖത്തിന്റെ ഒരു മൂലയിൽ തക്കാളിത്തോട്ടങ്ങൾ നോക്കിയിരിക്കുന്ന സുമയെ അന്നേരമാണയാൾ കണ്ടത്. തന്റെ നെഞ്ചിടിപ്പിന്റെ കാഠിന്യം അയാളെ തളർത്തുന്നുണ്ടായിരുന്നു. ആയാസപ്പെട്ട് അയാൾ സുമയുടെ മുന്നിലെത്തി. തക്കാളിത്തോട്ടത്തിൽ നിന്നും പിൻവാങ്ങിയ അവളുടെ കണ്ണുകൾ ചുവന്നിട്ടുണ്ടെന്ന് അയാൾക്ക് തോന്നി. നിർന്നിമേഷം അവൾ ഉണ്ണിയെ നോക്കി. വിചാരങ്ങളുടെ പെരുവെള്ളച്ചാട്ടത്തിൽ മോഹാലസ്യപ്പെടുന്നതു പോലെ അയാൾക്കുതോന്നി. അവളുടെ സ്വരം കേൾക്കാനായി അയാൾ കാതോർത്തു. വന്യമായ നിശ്ശബ്ദതയിൽ ഇലയനക്കങ്ങൾ പോലും ഒഴിഞ്ഞു നിൽക്കെ അയാൾ അവളുടെ സംസാരം കേൾക്കാൻ കാത്തു നിന്നു.

അവളുടെ മുഖഭാവത്തിൽ ഒരു മാറ്റവുമുണ്ടായില്ല. അയാൾക്ക് അത് സുമ തന്നെയാണോ എന്ന് സംശയമായി. അവൾക്കു മുന്നിൽ നില്ക്കുന്നത് താൻ തന്നെയെന്ന് ഉറപ്പുവരുത്താൻ അയാൾ സ്വന്തം കൈപ്പത്തിയിൽ

മൃദുവായി നുള്ളി. സ്വന്തം ഉണ്മ മഞ്ഞുപാളിപോലെ ഉറഞ്ഞുപോയിരിക്കുമോ എന്നയാൾ ഭയന്നു.

തക്കാളിത്തോട്ടത്തിലെ പച്ച ജലക്കുഴലുകളിൽ നിന്നും വെള്ളത്തിനു പകരം തീക്ഷ്ണമായ പ്രകാശം ചീറ്റിവരുന്നത് അന്നേരം അയാളറിഞ്ഞു. പിന്നാലെ എൽ.സി.ഡി. സ്ക്രീനുകളും കൂറ്റൻ കട്ടൗട്ടുകളും സൈൻ ബോർഡുകളും ഫ്ളക്സ് ബാനറുകളും ഇടമുറിയാത്ത വാഹന പ്രവാഹങ്ങളും ആരവങ്ങളും കടന്നു വരുന്നു.

അവളെന്തെങ്കിലും പറഞ്ഞിരുന്നുവെങ്കിൽ ശബ്ദത്തിൽ നിന്ന് അത് സുമ തന്നെയെന്ന് തനിക്കുറപ്പിക്കാമായിരുന്നു. അല്ലെങ്കിൽ കണ്ണുകളെ ചെറുതാക്കി അവൾ ചിരിച്ചിരുന്നെങ്കിലെന്ന് അയാളാഗ്രഹിച്ചു. അതുമല്ലെങ്കിൽ വൈദ്യുതി പ്രവഹിക്കുന്നതുപോലുള്ള അവളുടെ ഒരു സ്പർശം.

അവളെ ചലിപ്പിക്കാൻ വേക് അപ് 6.00, ബാത്ത്റൂം 6.05, കുക്കിങ് 6.10 എന്നിങ്ങനെ ഉരുവിട്ടാലോ എന്നയാൾ വിചാരിച്ചു. അവളുടെ ചുണ്ടുകളുടെ കോണിൽ പതിയിരിക്കുന്നുണ്ടെന്ന് അയാളെപ്പോഴും വിശ്വസിച്ച ചിരിയുടെ ശകലത്തെ അത് മായ്ച്ചു കളയുന്ന തിരിച്ചറിവിൽ ഉണ്ണി സ്വയം നിയന്ത്രിച്ചു.

ഭാരരഹിതവും ആർദ്രവുമായ സമയം ചുറ്റിനും ജലംപോലെ പരന്നു കിടപ്പുണ്ടെന്ന് അയാൾ കരുതി.

അവൾ സാവധാനം എഴുന്നേറ്റു. പൂമുഖം കടന്ന് തക്കാളിത്തോട്ടത്തിന്റെ ചക്രവാളംവരെ നീളുന്ന പരപ്പിലൂടെ അവൾ നടക്കാൻ തുടങ്ങി. തക്കാളിച്ചെടികളുടെ പച്ച ഇലകളും ചുവന്നു തുടുത്ത തക്കാളികളും അവളുടെ ചുവടുകൾക്കു ചുറ്റും ഇളകിമറിഞ്ഞുകൊണ്ടിരുന്നു. കുറച്ചു ദൂരം ചെല്ലുമ്പോൾ അവൾ നിൽക്കുമെന്നും തന്നെക്കൂടി ആ മഹായാത്രയിൽ പങ്കുചേർക്കുമെന്നും വിശ്വസിച്ച് ഉണ്ണി തന്റെ ഭാരമത്രയും പൂമുഖത്തിന്റെ അരമതിലിനു വിട്ടുകൊടുത്തു.

■

അഭിമുഖം

ജീവിതത്തിലൂടെ നടന്ന് എഴുത്തിലേക്ക്

ഇന്ദുചൂഡൻ കിഴക്കേടം/സുരേഷ് കീഴില്ലം

നിങ്ങൾക്ക് ഈ എഴുത്തുകാരനെ പൊതുവേദികളിൽ കാണാൻ കിട്ടില്ല. 'സ്വയം പ്രദർശനശാല'കളായി മാറിയ ഓൺലൈൻ ഇടങ്ങളിലും കണ്ടുകിട്ടില്ല. പകരം, നിങ്ങൾ മലയാള കഥയിലേക്ക് നോക്കുക. അവിടെ, അതീവ ഗരിമയോടെ അമ്പതോളം കഥകൾ വേറിട്ടുനിൽക്കുന്നത് കാണാം. അതിൽ, അതിസൗമ്യതയോടെ ഇന്ദുചൂഡൻ കിഴക്കേടം എന്ന കഥാ കൃത്തിനേയും. സമൂഹത്തിന്റെ ഓരോ ചലനങ്ങളും അതിസൂക്ഷ്മമായി കാണുകയും വിലയിരുത്തുകയും ചെയ്യുന്ന എഴുത്തുകാരനാണ് ഇദ്ദേഹം. അവയോട് കഥകളിലൂടെ മാത്രം ഇടപെടുന്നുവെന്നതാണ് ഇദ്ദേഹത്തിന്റെ സവിശേഷത. ചുറ്റുപാടുകളോടുള്ള ഉത്കണ്ഠകളും പ്രതിബദ്ധതയും പ്രതിഷേധവും രാഷ്ട്രീയവും ഒക്കെ ഇന്ദുചൂഡൻ തന്റെ കഥകളിൽ സന്നിവേശിപ്പിക്കുകയും ചെയ്യുന്നു.

- ഏകാന്തത... അതിൽ നിന്ന് ആഴമുള്ള കഥകൾ... എങ്ങനെ വന്നു പെട്ടു ഇവിടെ?

  സാമ്പത്തിക പരാധീനതകളുള്ള ഒരു കുടുംബത്തിലായിരുന്നു എന്റെ ജനനം. കൃഷിക്കാരനായ പിതാവ്. സാധാരണ വീട്ടമ്മ മാത്രമായ അമ്മ. അവരുടെ ഏഴുമക്കളിൽ മൂന്നാമനായിരുന്നു ഞാൻ. അച്ഛനു ലഭിക്കുന്ന അനിശ്ചിതമായ വരുമാനംകൊണ്ട് ഏറെ ആയാസപ്പെട്ടായിരുന്നു ജീവിതം. തിരിഞ്ഞുനോക്കുമ്പോൾ, അത് സത്യത്തിൽ അനുഗ്രഹമായി തോന്നുന്നു. മറ്റുള്ളവരുടെ ബുദ്ധിമുട്ടുകൾ തിരിച്ചറിയാൻ അതുവഴി ഇടയായി. മറ്റുള്ളവരുടെ ജീവിതം കാണാൻ കഴിഞ്ഞതോടെയാവണം കഥകളിലേക്കുള്ള വഴി തുറക്കുന്നത്.

- ചെറിയ പ്രായത്തിൽ തന്നെ എഴുത്തിലേക്ക് എത്തിയോ?

  കുട്ടിക്കാലം മുതൽക്കുതന്നെ എഴുത്തും വായനയും ഉണ്ട്. പക്ഷേ, കുറവിലങ്ങാട് ദേവമാത കോളേജിൽ ഇംഗ്ലീഷ് സാഹിത്യ

വിദ്യാർഥിയായിരിക്കുമ്പോഴാണ് കോളേജ് മാഗസിനിൽ ഒരു കഥ അച്ചടിക്കുന്നത്. മോചനമില്ലാത്തവരുടെ ദുഃഖങ്ങൾ എന്നായിരുന്നു കഥയുടെ പേര്. പിന്നീട് കേരള യൂണിവേഴ്സിറ്റി കലോത്സവത്തിൽ കഥയ്ക്ക് സമ്മാനം ലഭിക്കുകയും ചെയ്തിരുന്നു. അതേസമയം തന്നെ മാതൃഭൂമിയുടെ വിഷുപ്പതിപ്പിൽ ഉയിർത്തെഴുന്നേൽപ്പ് എന്ന പേരിൽ എന്റെ ഏകാംഗ നാടകം പ്രസിദ്ധീകരിച്ചു. ക്ലാസിലെ കുട്ടികൾക്ക് കളിക്കാനെഴുതിയതായിരുന്നു, അത്. ആ നാടകം പിന്നീട് പല വേദി കളിൽ കളിച്ചു. തെരുവു നാടകമായും അത് പലയിടങ്ങളിൽ അവതരിപ്പിക്കപ്പെട്ടു. ചെറിയ നാടകങ്ങൾ അതിന് മുമ്പും പലവട്ടം എഴുതിയിട്ടുണ്ട്. അവ സംവിധാനം ചെയ്യുന്നതും അതിൽ പ്രധാന വേഷങ്ങളിലൊന്ന് അവതരിപ്പിക്കുന്നതും ഞാൻ തന്നെയായിരുന്നു.

- നാടകം പോലുള്ള ഒരു പെർഫോമിങ്ങ് ആർട്ട് ഫോമിൽ നിന്ന് എഴുത്തിന്റെ ധ്യാനത്തിലേക്കുള്ള വഴിമാറ്റം എപ്പോഴാണ്?

കഥയും നാടകവും ഒപ്പം തന്നെയാണ് പോന്നത്. എന്നാൽ എൺപതു കളോടെ എഴുത്തിലേക്ക് മാത്രമായി ശ്രദ്ധ. എന്നെ ഗൗരവമുള്ള വായ നയിലേക്ക് തിരിച്ചുവിട്ടതിൽ എം. ആർ. സുരേന്ദ്രൻ എന്ന ലൈബ്രറി പ്രവർത്തകനു വലിയ പങ്കുണ്ട്. വയലാ പബ്ലിക് ലൈബ്രറിയിൽ നിന്നുള്ള പുസ്തകങ്ങൾ എഴുത്തിലേക്കുള്ള വഴി കാണിച്ചിട്ടു ണ്ടാവണം. എം.ടി, വിജയൻ, എം. മുകുന്ദൻ, സക്കറിയ തുടങ്ങിയ ആധുനികരായ എഴുത്തുകാർ സജീവമായിരുന്ന കാലഘട്ടമായിരുന്നു, അത്. ദേവമാത കോളജിലെ അധ്യാപകൻ ചാക്കോ സാറാണ് എഴു താൻ പ്രോത്സാഹിപ്പിച്ച മറ്റൊരാൾ. ഇന്നും അദ്ദേഹവുമായുള്ള ബന്ധം ഊഷ്മളമായി നിലനിൽക്കുന്നു. എന്റെ രചനകളോട് അദ്ദേഹം പല പ്പോഴും ക്രിയാത്മകമായി പ്രതികരിക്കാറുണ്ട്.

- ബാങ്കിങ്ങ് മേഖലയിലായിരുന്നല്ലോ ഔദ്യോഗിക ജീവിതം... അക്ക ങ്ങളുമായുള്ള സഹവാസം എഴുത്തിനെ എങ്ങനെ ബാധിച്ചു?

ജോലിയെ ജോലിയായി മാത്രം കണ്ടു. ഫെഡറൽ ബാങ്കിൽ നിന്ന് വർഷങ്ങളുടെ സേവനത്തിന് ശേഷമാണ് പിരിയുന്നത്. എന്നാൽ, ബാങ്ക് അന്തരീക്ഷത്തിലുള്ള ഒരു കഥ പോലും എനിക്ക് എഴുതാൻ കഴിഞ്ഞിട്ടില്ല. എപ്പോഴും ഇടപ്പെടുന്ന പരിസരങ്ങളുടെ അതിസാധാര ണത്വം നാം അവഗണിക്കുന്നതുകൊണ്ടാകാം. എന്നാൽ ബാങ്ക് ഒട്ടേറെ യാത്രാ സൗകര്യങ്ങൾ ഒരുക്കിത്തന്നത് കഥകൾക്ക് ഗുണകരമായി ട്ടുണ്ട്.

- തിരക്കുള്ള ബാങ്ക് ജോലി എഴുത്തിനെ തടസപ്പെടുത്തിയിട്ടി ല്ലെന്നാണോ?

അല്ലെങ്കിലും ഏറെ എഴുതുന്ന കൂട്ടത്തിലല്ല, ഞാൻ. വർഷത്തിൽ രണ്ടോ മൂന്നോ കഥകൾ മാത്രമാണ് എഴുതുക. ബാങ്കിൽ നിന്ന് വിരമിച്ച ശേഷവും കഥകളുടെ എണ്ണത്തിൽ വർദ്ധന ഉണ്ടായിട്ടില്ല. ജോലിക്ക് ചേർന്ന ഘട്ടത്തിൽ എഴുത്തിൽ ചെറിയ ഇടവേളകൾ ഉണ്ടായിട്ടുണ്ട്. ബിരുദാനന്തര ബിരുദവും പ്രമോഷനു വേണ്ടിയുള്ള ചില കോഴ്സുകളും ഒക്കെ ജോലി ചെയ്തു കൊണ്ടു തന്നെയാണ് പൂർത്തിയാക്കിയത്.

- എഴുത്ത് എങ്ങനെയാണ്... എത്രകാലമെടുത്ത്... ഏതു സാഹചര്യ ങ്ങളിൽ?

പൂർണ്ണമായും കഥ മനസ്സിൽ പ്ലാൻ ചെയ്ത ശേഷം മാത്രം കടലാസിലേക്ക് പകർത്തുന്ന രീതിയാണ് എന്റേത്. മാസങ്ങളോളം കഥ മനസ്സിൽ കൊണ്ടുനടക്കും. ആവശ്യമെങ്കിൽ, ചിലനോട്ടുകൾ മാത്രം കുറിച്ചുവയ്ക്കും. രാത്രിയിലാണ് എഴുതുക. മിക്കവാറും ഒറ്റയിരുപ്പിൽ എഴുതിത്തീരും. വലിയ തിരുത്തലുകൾ വേണ്ടി വരാറുമില്ല. എഴുതിക്കഴിഞ്ഞ കഥ രണ്ടാഴ്ചയോളം തൊടാതെ മാറ്റി വയ്ക്കും. മാറിനിന്ന് കഥയെ വീണ്ടും വായിക്കും. അപ്പോഴും സംതൃപ്തി കിട്ടുന്നുണ്ടെങ്കിൽ മാത്രമാണ് പ്രസിദ്ധീകരണങ്ങൾക്ക് അയക്കുക.

- താങ്കളുടെ കഥകൾക്ക് വേണ്ടത്ര നിരൂപക ശ്രദ്ധ ലഭിച്ചിട്ടില്ല?

അങ്ങനെയൊരു പരാതി എനിക്കില്ല. എം. കൃഷ്ണൻ നായർ സാർ മുതലുള്ള പലരും എന്റെ കഥകളെ പരാമർശിച്ചിട്ടുണ്ട്. കൃഷ്ണൻ നായർ അനുകൂലമായും പ്രതികൂലമായും എഴുതിയിട്ടുണ്ട്. ആദ്യ പുസ്തകമായ പ്രാവുകളുടെ ഫ്രെഡ്ഡി എന്ന സമാഹാരത്തെ ഹിന്ദു പത്രത്തിൽ വിലയിരുത്തിയത് മുതിർന്ന പത്ര പ്രവർത്തകനായ ബി.ആർ.പി. ഭാസ്കറായിരുന്നു. കഥകളിലെ യൂണിവേഴ്സൽ ലവ് എന്ന സമീപനത്തെ അദ്ദേഹം എടുത്തുകാട്ടുകയുണ്ടായി. കൂടാതെ വിവിധ ആനുകാലികങ്ങളിലെ സാഹിത്യസംബന്ധിയായ കോളങ്ങളിൽ പല നിരൂപകരും കഥകളെ പറ്റി നല്ല വാക്കുകൾ പറഞ്ഞിട്ടുണ്ട്. പിന്നെ, കഥകളെ കുറിച്ച് എന്നല്ല, സാഹിത്യത്തെ മുൻ നിർത്തി മലയാളത്തിൽ ആഴമുള്ള അന്വേഷണങ്ങൾ ഇപ്പോൾ അധികം സംഭവിക്കുന്നില്ലല്ലോ.

- കഥയ്ക്ക് ഒപ്പം തന്നെ യാത്രകളിലും അഭിരമിക്കുന്ന ആളാണല്ലോ, താങ്കൾ?

വായന പോലെ തന്നെ നമ്മെ സ്വയം രൂപപ്പെടുത്തുന്ന ഒന്നാണ് യാത്രകളും. ഇന്ത്യയിലങ്ങോളമിങ്ങോളം യാത്ര ചെയ്യുന്ന ഒരാളാണ് ഞാൻ. മാനസിക ഐക്യമുള്ള ഒന്നോ രണ്ടോ പേർ മാത്രമായിരിക്കും

സഹയാത്രികർ.മറ്റുള്ളവർ അധികം പോകാത്ത ഇടങ്ങളാണ് യാത്രയ്ക്ക് എല്ലായ്പ്പോഴും തെരഞ്ഞെടുക്കുക. വനമേഖലകൾ... ഗോത്രസങ്കേതങ്ങൾ... ഗ്രാമങ്ങൾ... അങ്ങനെയങ്ങനെ...

ചരിത്ര പ്രാധാന്യമുള്ള വൻ സ്മാരകങ്ങളോ ക്ഷേത്രങ്ങളോ കാണുന്നതിനേക്കാൾ, മനുഷ്യരും ജീവിതവും ഉള്ള ഇടങ്ങളാണ് കൂടുതൽ താൽപര്യം...ഹൈദരാബാദിൽ പോയാൽ ചാർമിനാർ കാണുന്നതിനേക്കാൾ താൽപര്യം അവിടത്തെ മനുഷ്യരെ കാണുന്നതിനാണ്. യാത്രകൾ പലപ്പോഴും ഒരു മാസം വരെയൊക്കെ നീളും. ഇപ്പോൾ നാഗാലാന്റിൽ നിന്ന് മടങ്ങിയെത്തിയതേയുള്ളു. അവിടെ ഗോത്ര വർഗക്കാരുമായി സംസാരിച്ചു. അവരുമായി അടുത്തിട പഴകി.

- കഥകൾക്ക് യാത്രകൾ തരുന്നത് എന്താണ്?

ഓരോ യാത്രകളും ഒരോ തിരിച്ചറിവുകളാണ്. പ്രത്യേകിച്ചും ഒരു മലയാളി എന്ന നിലയ്ക്ക്...പുറത്ത് മനുഷ്യർ എത്ര പരിമിതമായ സാഹചര്യങ്ങളിലാണ് ജീവിക്കുന്നതെന്നു നമുക്ക് ഓരോ യാത്രകളും കാണിച്ചു തരുന്നു. ഞാൻ യാത്രാവിവരണം എഴുതാൻ ശ്രമിച്ചിട്ടില്ല. കാരണം എന്നെ സംബന്ധിച്ചിടത്തോളം ഓരോ യാത്രയും കഥകളിലേക്കുള്ള വഴികളാണ്.

- 'ചിൻ ഒ അസം' പോലുള്ള കഥകൾ ഇത്തരം യാത്രകളുടെ ഫലമായിരിക്കണം?

അസംകാരനായ തീവ്രവാദി ചിൻമോയിയുടെ കഥയാണത്. ഇത്തരം കഥാപാത്രങ്ങൾ യാത്രകളിൽ നിന്ന് കിട്ടുന്നവരാണ്.വ്യക്തികളിൽ നിന്നാണ് പലപ്പോഴും ഒരു കഥ എന്നിലേക്ക് വരുന്നത് എന്ന് തോന്നിയിട്ടുണ്ട്. അത് കഥയായി മെല്ലെ വളരും. അതിനിടയിൽ, കഥയ്ക്ക് ആവശ്യമായ സാങ്കേതികത്വങ്ങൾ ചിലപ്പോഴൊക്കെ ബോധപൂർവം തേടിപ്പിടിക്കേണ്ടിയും വരും.

- സ്വച്ഛമായ കുന്നിൻ മുകൾ, പുഴയോരത്തെ ഒറ്റപ്പെട്ട വീട്...ഇതൊക്കെ പല കഥകളിലും ആവർത്തിക്കുന്നതായി കാണുന്നു. ജീവിതം കയറിപ്പറ്റാൻ ബുദ്ധിമുട്ടുള്ള പർവ്വതമാണ് എന്ന് ക്ലോക്ക് ടവർ എന്ന കഥയിൽ...എന്തു കൊണ്ടായിരിക്കും ഈ കുന്നിൻപുറങ്ങൾ?

എന്റെ ചെറുപ്പകാലത്ത് നിറയെ കുന്നിൻ പുറങ്ങളുള്ള ഒരു ഗ്രാമത്തിലായിരുന്നു ഞങ്ങൾ താമസിച്ചിരുന്നത്. ഇപ്പോൾ താമസിക്കുന്നത് പുഴയോരത്തും...ഭൂമിശാസ്ത്രപരമായ ഇത്തരം സ്വാധീനങ്ങളായിരിക്കണം കഥകളിൽ പിന്നീട് പ്രത്യക്ഷപ്പെടുന്നത്.

- ഒരു നോവലേയുള്ളു. എതിരടയാളത്തിന്റെ ആത്മകഥ. അതും അടുത്ത കാലത്ത്?

ജോലി സംബന്ധമായ തിരക്കുകൾ തന്നെയാവണം. പിന്നെ, വലിയ ക്യാൻവാസ് ഇണങ്ങുമോയെന്ന് ഉത്കണ്ഠയും. ജോലിയിൽ നിന്ന് വിരമിച്ച ശേഷമാണ് നോവൽ എഴുതുന്നത്. പക്ഷെ, അതിന്റെ രൂപ രേഖ അഞ്ചോ ആറോ വർഷമായി മനസ്സിലുണ്ടായിരുന്നു. എഴുതി തീരാൻ നാലഞ്ചു മാസമെടുത്തു. 2012ലാണ് നോവൽ പൂർത്തിയാക്കിയത്. ഡി.സി സാഹിത്യോത്സവത്തിന്റെ ഭാഗമായി അത് പുറത്തിറക്കുകയും ചെയ്തു.

- ഒരു പക്ഷേ, കഥകളേക്കാൾ പ്രത്യക്ഷമായി നോവൽ കൈകാര്യം ചെയ്യുന്നത് രാഷ്ട്രീയമാണല്ലോ?

കക്ഷി രാഷ്ട്രീയത്തോട് ഒരു തരത്തിലും ആഭിമുഖ്യമില്ലാത്ത ഒരാളാണ് ഞാൻ. അതേസമയം, ഇന്ത്യയിലെ ജനാധിപത്യ സമ്പ്രദായത്തോട് മുഖം തിരിക്കാൻ തയ്യാറല്ല. അതിനേക്കാൾ മികച്ച ഒരു വ്യവസ്ഥിതി ചൂണ്ടിക്കാട്ടാൻ കഴിയാത്തിടത്തോളം കാലം. അതുകൊണ്ട് തന്നെ, എഴുത്ത് എപ്പോഴും പ്രതിരോധത്തിന്റെ രാഷ്ട്രീയമാകും. നോവൽ അത് നേരിട്ട് ചർച്ച ചെയ്യാൻ ശ്രമിക്കുന്നു. കമ്പോളവൽക്കരണമാണ് നോവലിന്റെ പ്രമേയം. കേന്ദ്രകഥാപാത്രങ്ങൾ അരുണനും ഭാര്യയും ആക്ടിവിസ്റ്റുകളാണ്. അരുണൻ മുംബൈ നഗരം കേന്ദ്രമായി പ്രവർത്തിക്കുന്ന സാമൂഹ്യപ്രവർത്തകൻ. നളിനി ഒരു പത്രത്തിലെ കാർട്ടൂണിസ്റ്റ്. അവർ കോർപ്പറേറ്റുകൾ ഭരിക്കുന്ന ലോകത്തെ അഭിമുഖീകരിക്കുന്നതാണ് നോവലിന്റെ ഇതിവൃത്തം. ഇന്ത്യൻ രാഷ്ട്രീയം ചർച്ച ചെയ്യാൻ തന്നെയാണ് ശ്രമം.

- നോവലിന് ഒരു ആഗോള സ്വഭാവമുണ്ട്. പ്രത്യേകിച്ചും ദലൈലാമയും മറ്റും കഥാപാത്രമാകുമ്പോൾ...?

കേരളത്തിന് വെളിയിലുള്ള ജീവിതം ഏറെ കാണാൻ ഇടകിട്ടിയിട്ടുണ്ട്. തിബത്തൻ അഭയാർഥി ക്യാമ്പുകളിൽ പോയിരുന്നു. ദലൈലാമയെ നേരിട്ടു കണ്ടിട്ടുണ്ട്. പൊട്ടിച്ചിരിച്ചുകൊണ്ട് അദ്ദേഹം പ്രശ്നങ്ങളെ നേരിടുന്നത് എന്നെ അത്ഭുതപ്പെടുത്തി. അദ്ദേഹത്തോട് പല കാര്യങ്ങളിലും യോജിപ്പുതോന്നിയിട്ടുണ്ട്, രാഷ്ട്രീയമായി എന്തൊക്കെ ആരോപണങ്ങൾ അദ്ദേഹത്തിനു മേലുണ്ടെങ്കിലും.. എനിക്ക് തോന്നുന്നു ഭ്രഷ്ടരാക്കപ്പെടുന്നവർക്കൊപ്പമാണ് എപ്പോഴും എന്റെ മനസ്...രാജ്യത്തു നിന്നായാലും...ജീവിതത്തിൽ നിന്നായാലും...നമ്മൾ തന്നെ എവിടെ നിന്നൊക്കെയോ ഭ്രഷ്ടരാക്കപ്പെടുന്നവരല്ലേ?

- താങ്കളുടേത് സ്ത്രീപക്ഷ, പാരിസ്ഥിതിക രാഷ്ട്രീയമാണെന്ന് വില യിരുത്താമോ?

തീർച്ചയായും. കൂടുതൽ ദുരിതം അനുഭവിക്കുന്നതു സ്ത്രീയും പ്രകൃതിയും തന്നെയാണ് എന്നതിനാലാവണം, അത്. വരും തലമുറ യോട് യാതൊരു പ്രതിബദ്ധതയുമില്ലാത്തതാണ് നമ്മുടെ പാരി സ്ഥിതിക സമീപനം. വരും കാലം നാം നേരിടാൻ പോകുന്ന പാരി സ്ഥിതിക പ്രത്യാഘാതങ്ങളെ പറ്റി ഉത്കണ്ഠകൾ അനിവാര്യമാണ്.

- അനാസക്തരുടെ നിലവിളി, ലോക്കോ പൈലറ്റ്, നിഴൽ നാടകം പോലുള്ള കഥകളെല്ലാം പൂർണമായും സ്ത്രീപക്ഷ കഥകളാണ്. പെണ്ണെഴുത്തിനോട് എന്താണ് നിലപാട്?

എഴുത്തിനെ ഏതെങ്കിലും തരത്തിൽ കള്ളിതിരിക്കുന്നതിനോട് എനിക്ക് യോജിപ്പില്ല. പ്രായം, ജെൻഡർ, ജാതി എന്നിങ്ങനെയുള്ള എല്ലാത്തരം തരം തിരിവുകളും അനാവശ്യമാണ്. എഴുത്തിന്റെ സത്യ സന്ധതയാണ് പ്രധാനം. സ്ത്രീകൾ നേരിടുന്ന പ്രശ്നങ്ങൾ തിരിച്ച റിയുന്നതിനാലാണ് കഥകൾ സ്ത്രീപക്ഷമാകുന്നത്. അത് മുൻകൂട്ടി തീരുമാനിക്കുന്നതിന്റെ അടിസ്ഥാനത്തിൽ സംഭവിക്കുന്നതല്ല.

- പുതിയ കഥാകൃത്തുക്കളെ പറ്റി?

ഏറ്റവും പുതിയ തലമുറയിലെ എഴുത്തുകാരെ വരെ ശ്രദ്ധിക്കാറുണ്ട്. അവരിൽ ഏറെ പേരിൽ പ്രതീക്ഷകളുണ്ട്. മിക്കവാറും എല്ലാവരും എഴു ത്തിനെ വളരെ ഗൗരവമായിട്ടാണ് സമീപിക്കുന്നത്. അവർ കൈകാര്യം ചെയ്യുന്ന വിഷയത്തോടോ, അവരുടെ വഴികളോടോ ചിലപ്പോഴൊക്കെ വിയോജിപ്പ് തോന്നിയേക്കാം. പക്ഷെ, അവരുടെ ആത്മാർത്ഥതയിൽ സംശയമില്ല.

- പുതിയ തലമുറക്കാർക്ക് മുഖ്യധാരയിൽ ഇടം കിട്ടുന്നില്ലെന്ന് പരാതി കളുണ്ടല്ലോ?

എനിക്ക് അത്തരം അനുഭവങ്ങളില്ല. കഥകൾ പ്രസിദ്ധീകരിക്കാൻ പല സാദ്ധ്യതകളുമുള്ള കാലഘട്ടമാണ് ഇത്. ഒരു പത്രാധിപരേയും ആശ്രയിക്കാതെ രചനകൾ വായനക്കാരിലേക്ക് എത്തിക്കാൻ ഇപ്പോൾ കഴിയും. മികച്ച രചനയാണെങ്കിൽ അത് ശ്രദ്ധിക്ക പ്പെടാതെ പോവുകയുമില്ല. എഴുതാൻ താൽപര്യമുള്ളവർ ആ രംഗത്ത് ഉറച്ചു നിൽക്കുക എന്നതാണ് പ്രധാനം. അംഗീകാരങ്ങൾ പിന്നീട് വന്നു കൊള്ളും. കസൻദ്സാക്കീസും സരമാഗോയും ഒക്കെ എഴുതിയത് എത്രയോ പ്രായം ചെന്നിട്ടായിരുന്നു. എന്നിട്ടും അവരെ ലോകം വായി ച്ചില്ലേ?

- അതുകൊണ്ടാണോ, താങ്കൾ പ്രചരണ രംഗങ്ങളിൽ നിന്നെല്ലാം വലിയ അകലം സൂക്ഷിക്കുന്നത്?

പൊതുവേദികളിൽ പ്രസംഗിക്കാൻ എനിക്ക് താൽപര്യമില്ല. അത്, ഒരു പക്ഷെ എന്റെ പരിമിതിയാകാം. എഴുതുക എന്നതാണ് എന്റെ ജോലി. മൂന്നു പുസ്തകങ്ങളാണ് പുറത്തുവന്നത്. സ്വന്തമായി, അവയുടെ പ്രകാശന ചടങ്ങുകൾ സംഘടിപ്പിക്കാൻ പോലും എനിക്ക് താൽപര്യമുണ്ടായിരുന്നില്ല.

- സിനിമയിലും കമ്പമുണ്ടല്ലോ?

സിനിമയിൽ വളരെ താൽപര്യമുണ്ട്. രാജ്യാന്തര ഫിലിം മേളകൾ പലതും കാണാൻ അവസരം ഉണ്ടായിട്ടുണ്ട്. മേളകൾ വഴിയല്ലാതെ മലയാളിക്ക് ഇതര ഭാഷാ ചിത്രങ്ങൾ കാണാൻ അവസരം വളരെ കുറവാണ്. ഇംഗ്ലീഷ്, തമിഴ്, ഹിന്ദി ചിത്രങ്ങൾക്കപ്പുറം, മറ്റ് ഇന്ത്യൻ ഭാഷാ ചിത്രങ്ങൾ കാണാനുള്ള അവസരം പോലും നമുക്കില്ല. ഫിലിം സൊസൈറ്റികളാണ് പല നല്ല സിനിമകളും നമുക്ക് മുന്നിൽ എത്തിച്ചിരുന്നത്. എന്നാൽ, ഇന്ന് അവ പലതും നിർജ്ജീവമായി. പെരുമ്പാവൂർ ഫിലിം സൊസൈറ്റി ഇപ്പോഴും സജീവമായതിനാൽ എനിക്ക് ഒട്ടേറെ നല്ല സിനിമകൾ കാണാൻ കഴിയുന്നുണ്ട്.

- രണ്ടു ഹ്രസ്വചിത്രങ്ങൾക്ക് പിന്നിൽ പ്രവർത്തിക്കുകയും ചെയ്തു?

ദൂരദർശന് വേണ്ടി 'വയൽപ്പൂക്കളുടെ രാത്രി' എന്ന ഷോർട്ട് ഫിലിമിനും കൈരളി ടിവിക്കു വേണ്ടി എം.പി നാരായണപിള്ളയുടെ 'ഊണി' എന്ന കഥ മുൻ നിർത്തി തയ്യാറാക്കിയ ഷോർട്ട് ഫിലിമിനും തിരക്കഥ എഴുതിയിരുന്നു.

- വായനയുടെ അഭിരുചി മാറിയിട്ടുണ്ട്. എത്രത്തോളം ഈ മാറ്റം സാഹിത്യ രംഗത്തു സഹായകരമാകുന്നുണ്ട്?

വായനയുടെ രീതിയ്ക്ക് വലിയ മാറ്റം സംഭവിച്ചിട്ടുണ്ട്. പ്രയോജന പ്രദമായ വായനയാണ് യുവതലമുറയുടേത്. ജീവിതം വിജയിക്കാൻ, മുഖാമുഖത്തിൽ വിജയിക്കാൻ എന്നിങ്ങനെ...മികച്ച സാഹിത്യരചനകളുടെ വായന വ്യക്തി എന്ന നിലയിൽ ഒരാളെ രൂപപ്പെടുത്തുമെന്ന തിരിച്ചറിവ് പലർക്കുമില്ല.